thơ Y Thy

Nhật Ký 6/8 2023

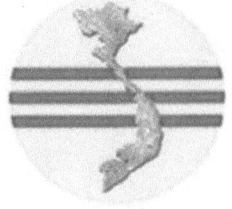

Tủ Sách Bút Việt Văn Đoàn

thơ: Nhật Ký 6/8 2023

tranh bìa: Hoàng Vi Kha
trình bày: Võ Phú
tựa: nhà thơ Trần Quốc Bảo
chỉnh tả: Quang N. Nguyen & nhà văn Linh Vang
xuất bản: Nhân Ảnh

©by Võ Phú
liên lạc: Y Thy Võ Phú
5508 Impala Drive
Henrico, VA 23228
phuvophotography@gmail.com
(804) 370 - 0215

thơ: Nhật Ký 6/8 2023

kính tặng ba, mẹ, và gia đình

riêng vợ và hai con: Kim, Lamson & Levian

*Mỗi ngày là một bài thơ
như đang trò chuyện từng giờ với Em!*

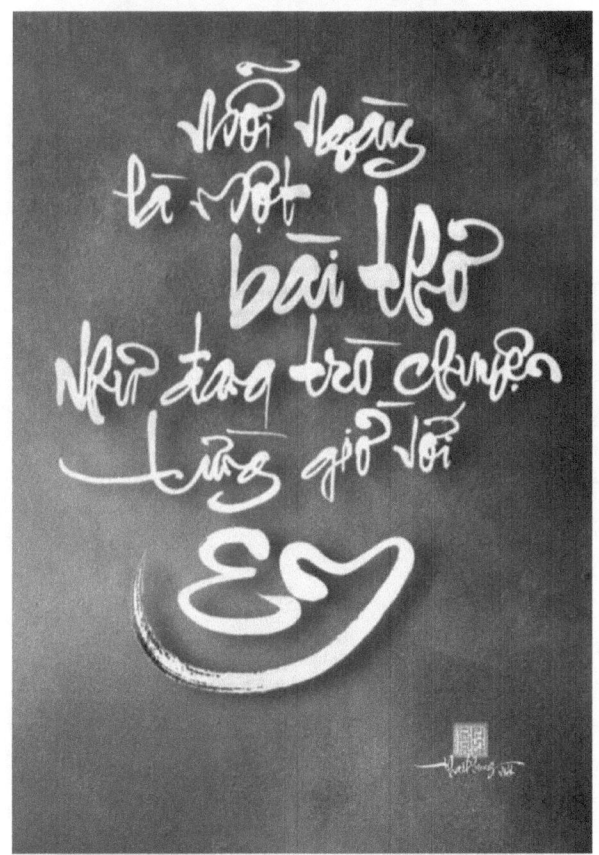

Richmond - Virginia, 2024

thơ: Nhật Ký 6/8 2023

Y Thy chân thành cám ơn:

- thi sĩ Lê Hân (nhà xuất bản Nhân Ảnh)
- thi sĩ Trần Quốc Bảo
- văn thi sĩ Nguyễn Minh Nữu
- anh Quang N. Nguyen
- nhà phê bình văn học Nguyễn Vy Khanh
- nhạc sĩ Phan Anh Dũng
- văn thi sĩ Ý Nhi
- thi sĩ Phan Khâm
- nhà văn Cung Thị Lan
- nhà văn Linh Vang
- nhà văn Hồng Thủy
- họa sĩ: Trương Đình Uyên, Joseph D'Oleo, Kisan, Nguyễn Thúy Hương, Nguyễn Văn Nam, Chiến Thắng, Lan Augustus, Hoàng Vi Kha, Ái Linh Công, Anh Le (Ti), cố thi họa sĩ Vũ Hối, thư pháp Thái Phụng, & Đào Anh Mỹ.

Đã góp ý & giúp đỡ hoàn thành tập thơ này!

Trần Quốc Bảo
Y Thy Võ Phú, Dòng Bút Việt Tiếp Nối

Từ ngày bất đắc dĩ, bỏ Nước ra đi, tôi sống đời tha phương phiêu bạt, đổi dời địa chỉ có đến bốn năm lần. Sau cùng, dừng chân tại Richmond, Thủ phủ của Tiểu bang Virginia, tính tới nay đã gần ba mươi năm. Tên thành phố Richmond được dân ta, phiên âm Việt hóa là "Bích Môn Thành" và Virginia là "Vịnh Nhị Hà" *(Tiểu bang có 2 sông lớn: Potomac và James)*. Tên Mỹ của hai địa danh trên, phát âm qua tiếng Việt, nghe cũng hao hao. Virginia còn mang thêm một biểu hiệu dễ thương: *"Virginia is for Lovers"*, *(Vịnh Nhị Hà là nơi của tình Yêu Thương)*. Không biết có phải vì cái biểu hiệu trên quyến rũ hay không, mà về đây, tôi được gặp toàn những nhà văn nhà thơ, với các tác phẩm đầy ắp yêu thương, nào thi sĩ lão thành Hoa Văn, thi văn sĩ Lương Quân Nguyễn Phú Long *(1937-2023)*, nào nhà văn công giáo Nguyễn Văn Thông.v.v... và đặc biệt nhất là một cây bút trẻ: Y Thy Võ Phú... với thi phẩm "Nhật Ký 6/8 2023" đầy ắp yêu thương, mà quí độc giả đang cầm trên tay. Tôi hân hạnh giới thiệu với quí vị tác phẩm này.

Tác giả Võ Phú bút hiệu: Y Thy, sinh năm 1978, nếu ở Việt Nam, theo quan niệm *"tam thập nhi lập; tứ thập nhi bất hoặc"* thì Võ Phú ở tuổi 46 không còn trẻ nữa. Nhưng tại Hoa Kỳ, tuổi già tính từ khi về hưu *(65 tuổi)*. Đàng khác, dân Việt tỵ nạn cộng sản luôn nhớ ngày Quốc hận 30 tháng 4 năm 1975, thường lấy thời điểm ấy phân định lớp tuổi. Ai sinh vài năm trước 75 hoặc sau, đều kể là còn trẻ. Chính vì vậy tôi gọi tác giả Y Thy là cây bút trẻ.

Chúng ta đều biết rằng, hiện nay Việt Nam dưới sự cai trị man rợ của Cộng đảng, từ ngữ nước nhà bị thay đổi, câu văn tiếng nói tha hóa trầm trọng, toàn bộ sáng tác không có tự do, bị chỉ đạo khắt khe. Cái gọi là văn học Việt Nam không còn nữa. Những người sinh hoạt văn học nghệ thuật Việt Nam tại hải ngoại hiện nay, là chính chúng ta, mang trọng trách bảo tồn và phát huy nền văn học chính thống của dân tộc Việt Nam. Chúng ta đã và đang làm việc đó một cách hào hứng. Tuy nhiên có một trở ngại khó khăn đe dọa chúng ta là vấn đề tuổi tác. Bốn mươi tám năm qua, biết bao người làm văn học nghệ thuật đã ra đi, mà hậu duệ thừa kế xem ra hiếm hoi. Thế nên có được một cây bút trẻ như Y Thy Võ Phú, vươn lên với ngòi bút đa dạng vững mạnh và nhất là với lòng yêu nước chân chính, đó là điều hết sức cần thiết và quí báu. - Cám ơn Phú! xin coi "Y Thy Võ Phú là Dòng Bút Việt Tiếp Nối."

Bây giờ, xin trở lại với tác phẩm mới "Thơ: Nhật Ký 6/8 2023", Thi tập này là đứa con tinh thần thứ 8 của Y Thy. 7 quyển sách trước (*gồm 4 tập văn và 3 tập thơ*), anh chọn lựa đề tài và sáng tác với bố cục chặt chẽ. Ở thi tập này thì khác hẳn, anh hồn nhiên thả bút rất phóng khoáng. Như tiêu đề sách, Y Thy viết nhật ký mỗi ngày bằng thơ, hứng bút say sưa từ đầu đến cuối sách. Điểm đặc biệt là toàn bộ tác phẩm đều viết lục bát, thể thơ thuần túy Việt Nam, mang âm hưởng ca dao, và nồng ấm như lời mẹ ru con. Xin hãy đọc bài "Cắt Tóc Đi Chơi" để thấy cái cốt cách thâm trầm đỉnh đạc, trộn lẫn cái phong thái rí rỏm tươi vui của bút thơ Y Thy:

Hôm qua thứ Hai đầu tuần
Tôi đi cắt tóc cuối tuần rong chơi
Sợi dài, sợi ngắn, vừa rơi
Thêm nhiều sợi bạc tuổi đời trôi qua
Tôi xin cắt bỏ xa hoa
Sợi nào phù phiếm làm ta mỏi mòn
Sợi buồn, sợi giận, héo hon
Thêm luôn sợ rỗng cỏn con u sầu
Tôi xin cắt bỏ cho mau
Sợi nào bực dọc làu bàu bên tai
Cho đời tươi đẹp nhân hai
Để sợi thương mến thêm dài ngày sau

Tôi xin cắt bỏ trước, sau
Sợi xoà bên mắt nhuốm màu thời gian
Sợi nằm sau gáy dọc, ngang
Xin cắt bỏ hết đỡ mang nặng đầu…

Y Thy đã không chọn đề tài chung cho sách này. Mỗi ngày một sự việc, một hình ảnh, hoặc một ý tưởng chợt đến gây cảm xúc, thế là thành thơ, anh nhẹ nhàng hạ bút, mạch thơ tuôn ra như nước, êm đềm và thật dễ dàng. Làm thơ mà như kể chuyện.

Thật ra chuyện kể hàng ngày của Y Thy không có gì ngạc nhiên, lạ lùng. Chỉ là những sinh hoạt rất thông thường như trên: "Cắt Tóc Đi Chơi" (trang 101), "Đưa Tiễn Cái Răng" (tr.48) hoặc "Thơ Thẩn Ngày Mưa" (tr.33); Kẹt Xe Ngày Thứ Ba (tr.77); Đi Chợ Đầu Xuân (tr.125); Đưa Con Đi Học (tr.257), vân. vân…

Cả đến những bài viết theo biến chuyển thời gian như: "Nỗi Lòng Tháng 2" (tr.34); "Tháng 3 Hoa Lê Nở" (tr.65); "Mưa Tháng Tư" (tr.134); "Tháng 5 Mùa Dâu Tây Chín" (tr.145), vân. vân… Những mẩu chuyện bình thường ấy, qua cách viết ký sự của Y Thy, đọc thật hấp dẫn.

Cách dùng lục bát kể lể chuyện đời và gửi gắm tâm tình, tôi thấy Y Thy Võ Phú chịu nhiều ảnh hưởng thơ xưa của thi sĩ Nguyễn Bính (1918-1966), xin mời đọc bài "Tâm Sự" (tr.171)

Hôm nay chị thấy hơi buồn
Tìm người tâm sự để buông thả lòng
Hai em có ở nhà không?
Chị sang nói chuyện cho lòng thảnh thơi
Hôm nay thời tiết tuyệt vời
Hay là đốt lửa mình ngồi nhâm nhi?
Hai em mời chị cụng ly
Uống cho quên hết những gì không vui
Buồn thương gia cảnh ngậm ngùi
Con thơ nhỏ dại tới lui rất cần
Chắc là duyên hết nợ nần

Nên tình chia cắt có phần xót xa
Khi duyên đã hết mặn mà
Chị đừng buồn nữa mới là cách hay
Bỏ qua sầu khổ từ đây
Tương lai phía trước có ngày an vui!

Ngoài thơ, tôi muốn giới thiệu thêm những nét đặc thù khác của Y Thy. Anh còn là nhà nhiếp ảnh, mỹ thuật và kỹ thuật cao tay; thích du lịch đó đây săn ảnh; ham mê đọc sách, thích ăn ngon miệng, làm vườn và trồng hoa... Những cá tính ấy, phủ đầy lên thi tập này.

Mỗi bài thơ đều kèm theo ảnh minh họa rất đẹp do chính anh chụp. Độc giả có thể thăm viếng nhiều danh lam thắng cảnh *(bằng thơ)* với tác giả, như:

"Công Viên Belle Isle" (tr.41); "Thăm Hồ Drummond" (tr.80); "Bên Hồ Anna" (tr.114); "Occoneechee Mộng Mơ" (tr.189); "Douthat Công Viên Núi Rừng" (tr.198); "Mùa Sen Ở Kenilworth" (tr.239) , vân. vân...

Ca tụng miếng ngon, như những bài: "Mỳ Quảng Quê Mình" (tr.58); "Bánh Bèo Yêu Thương" (tr.27); "Bún Bò Mời Bạn" (tr.44); "Tô Cháo Cá" (tr.226); "Tô Canh Chua" (tr.241) , vân. vân...

Làm vườn mê say qua những bài: "Thú Vui Làm Vườn" (tr.129); "Bên Vườn Hoa Cải" (tr.108); "Lợi Ích Làm Vườn" (tr.151); "Vợ Chồng Nghèo" (tr.210); "Sau Vườn Nhà" (tr.211), vân. vân...

Đặc biệt nhất là Y Thy yêu hoa, tràn ngập thơ nhắc đến các loại hoa như: Hoa Lài (tr.26), Hoa Bằng Lăng (tr.204), Hoa Bìm Bìm (tr.271), Hoa Cẩm Chướng (tr.40), Hoa Daisy (tr.168), Hoa Diên Vỹ Vàng (tr.130), Hoa Hạnh Phúc (tr.75), Hoa Hướng Dương (tr.203), Hoa Mẫu Đơn (tr.144), Hoa Ông Lão (tr.124) vân.vân...*(còn nhiều nữa...)*

Mỗi ngày một trang thơ, tựa hồ tờ lịch, xếp chung lại thành thi tập "Nhật Ký 6/8 2023". Tuy chuyện thơ hàng ngày không dính kết với nhau, nhưng cái động mạch chính, lưu chuyển trong toàn tập là "Tình Yêu". Y Thy Võ Phú viết xuống tràn lan trong tập thơ này những lời yêu thương tha thiết, say đắm tuyệt vời, dành cho hiền thê của mình.

Xin hãy đọc vài câu trong bài "Bánh Bèo Yêu Thương" (tr.27), để thấy tình yêu của người vợ hiền ý hiệp tâm đầu là động lực chính, lôi cuốn thúc đẩy và trợ lực mạnh mẽ cho bút thơ Y Thy:

Cuối tuần nàng đổ bánh bèo
Dẻo dai hạt gạo nhà nghèo bao quanh…
…Nắm tay nhau mãi không rời
Ta cùng đi hết cuộc đời bên nhau
Chân trời góc biển nơi đâu
Tình ta nồng ấm một mầu sắt son…
…Hương thơm chua ngọt đậm đà
Nhìn nhau ta thấy cả nhà thương yêu.

- Bài "Khi Nàng Tâm Sự" (tr.57):

…Anh ơi đừng có lo âu
Em luôn bên cạnh trước sau chung lòng
Thương nhau tình nghĩa vợ chồng
Thời gian còn lại thong dong tuổi già
Anh ơi đừng có lo xa
Bỏ buông nhẹ gánh hai ta vui cùng…

- Bài "Mảnh Vườn Xinh" (tr.181):

…Mỗi ngày ta lại bên nhau
Dưới giàn bầu bí đôi câu chuyện đời
Bên ta là cả đất trời
Một ngôi nhà nhỏ cơ ngơi chúng mình…
…Này em… Hạnh phúc quanh đây
Bên nhau ta lại ngất ngây ngọt ngào…

Và chân thành tình tứ trong "Canh Chua Cá Basa" (tr.158):

Canh chua nấu cá Basa
Ăn liền mấy chén thiệt là hao cơm
Cà chua, đậu bắp, cùng thơm
Bạc hà, giá sống, ngò om nức mùi
Chồng ăn mà vợ tươi vui
Miệng nàng chúm chím mỉm cười nhìn sang

Yêu thương hạnh phúc chứa chan
Cùng nhau gắn bó điểm trang cuộc đời
Yêu nhau, thương lắm, người ơi
Nghĩa tình chồng vợ trọn đời có nhau
Cho dù giông tố bể dâu
Trải qua gian khổ trước sau vững lòng
Dù cho ngày tháng long đong
Bao năm tình nghĩa vợ chồng chân quê
Đi xa cũng nhớ quay về
Cả nhà hạnh phúc đề huề bên nhau.

Thơ Nhật Ký của Y Thy thuật lại những thắng cảnh, kể chuyện làm vườn, nhắc tới bữa ăn ngon .v.v… tất cả đều thấp thoáng có bóng dáng người đẹp là vị hiền nội trợ của anh. Gia đình Y Thy Võ Phú quả là đong đầy hạnh phúc. Chúc mừng anh!

Điểm chót, nhận xét về bút pháp. Tác phẩm "Nhật Ký 6/8 2023" Y Thy viết theo lối ký sự, chuyện có sao viết vậy, kể cả tình tiết tâm sự, rất chính xác, thành thật, không ảo hóa, phóng đại, không dựng truyện hoặc hư cấu. Lời thơ giản dị mộc mạc chân quê, không kiểu cách bay bướm, rất gần với hình thức ca dao Việt Nam.

Phương pháp viết bài kể chuyện đơn giản thành thật như vậy, người xưa gọi là: "thuật nhi bất tác" 謎而不作 *(Luận Ngữ)* nghĩa là chỉ tường thuật mà thôi, không có điều gì chế tác, thêm bớt vào cả. Thi tập "Nhật Ký 6/8 2023" Y Thy đã viết theo phong cách như vậy.

Nhân dịp chào đón tân Xuân Giáp Thìn 2024 Tôi hân hạnh giới thiệu với quí Độc Giả "Nhật Ký 6/8 2023", để cùng với tác giả Y Thy Võ Phú, người cầm bút trẻ, chúng ta trân quí và ôn lại những kỷ niệm yêu thương đẹp đẽ của năm vừa qua.

Trân trọng,
Trần Quốc Bảo
Richmond, Virginia.

Chân dung Y Thy Võ Phú qua nét vẽ, *digital*,
của **họa sĩ Hoàng Vi Kha (1)**

THÁNG 01

Đầu năm em đi lễ chùa
Không cầu danh lợi hơn thua tầm thường
Chỉ cần gia đạo yêu thương
Mẹ cha khỏe mạnh miên trường dài lâu…
(Lễ Chùa Đầu Năm – Trang 19)

Chiếc Bánh Quê Mình

Bên ngoài lá chuối còn xanh
Bên trong nếp, đậu, mỡ, hành, hạt tiêu
Dẻo thơm từ thuở Lang Liêu
Vuông tròn gói lại thương yêu đất trời

Bánh này dâng tặng với đời
Ngày đầu năm mới rạng ngời mùa xuân
Bên nhau bếp lửa quây quần
Khói bay vào mắt trăm lần nhớ quê

Ba mươi năm chưa ngày về
Đón xuân đất khách bốn bề xót xa
Nơi này xứ lạnh cắt da
Nhìn nồi bánh Tét lệ sa mắt nhòa

Cầm lên chiếc bánh quê nhà
Thơm mùi lá chuối đậm đà cố hương
Chiếc bánh nhìn rất bình thường
Nhưng sao nỗi nhớ vấn vương một đời!

012123 - Ngày 30 Tết gói bánh, nhớ quê

Đầu Năm Chúc Tết

Sáng nay Facebook rần rần
Bao câu chúc Tết xuất thần gửi nhau
Đầu năm cũng chúc đôi câu
Trước tiên sức khỏe, theo sau tiền tài

Lại thêm khối óc khôi hài
Mang niềm vui tới lai rai mỉm cười
Công danh sự nghiệp nên người
Gia đình hạnh phúc tiếng cười đoàn viên

Các nàng thêm đẹp nhiều duyên
Trẻ con nho nhỏ có tiền du xuân
Xuân sang đón Mão thay Dần
Mai vàng, đào thắm thêm phần lung linh

Còn ai năm trước một mình
Bước sang năm mới có tình yêu thăm
Tơ hồng gắn kết trăm năm
Rượu nồng cạn chén đón năm mới về!

012223 - Mùng Một Tết

Lễ Chùa Đầu Năm
(Viết tặng anh Thọ)

Đầu năm em đi lễ chùa
Không cầu danh lợi hơn thua tầm thường
Chỉ cần gia đạo yêu thương
Mẹ cha khỏe mạnh miên trường dài lâu

Đầu năm xin hết khổ sầu
Nụ cười tươi trẻ cho nhau tuổi này
Vượt qua những lúc đắng cay
Cho hồn thanh thản cho ngày bình yên

Đầu năm xin bỏ muộn phiền
Là bờ hạnh phúc an nhiên một đời
Thêm nhiều những lúc thảnh thơi
Nay đây mai đó khoảng trời thiên thanh

Đầu năm hãy đến với anh
Hai bên tài hạnh long lanh mắt nàng
Cảm ơn những khoảng thời gian
Bên nhau ngày tháng em mang cho mình!

012223 - Xin cám ơn anh Thọ đã viết chữ tặng ngày đầu năm

Mùng Hai Tết Nơi Này Nhớ Quê Hương

Mùng Hai trở lại bình thường
Mẹ cha làm việc đến trường con đi
Hôm nay Mẹ rất busy*
Mới năm giờ sáng đã đi khỏi nhà

Thế là Tết cũng trôi qua
Ở nơi đất khách nên ta hòa mình
Sáng nay không thấy bình minh
Mùa xuân chưa dậy ta mưu sinh rồi

Bâng khuâng đếm thời gian trôi
Quê hương nhớ lắm ta đời lưu vong
Nơi đây giờ vẫn mùa đông
Xuân về tê tái trong lòng buồn thiu

Ông Bà tuổi đã xế chiều
Cô đơn quạnh quẽ mà hiu hắt buồn
Hôm qua ngó thấy mưa tuôn
Mới hay thăm thẳm cội nguồn đớn đau.

012323 - Mùng Hai Tết Quý Mão
*busy = bận rộn

Cành Đào Chị Tặng
(Viết tặng chị Ngọc Trần)

Tết sang chị cắt cành đào
Phía sau vườn chị mang vào tặng em
Bao ngày thay nước chờ xem
Hoa rồi cũng nở khi đem vô nhà

Mầm xanh mum múp nõn nà
Nụ hoa hồng phấn thiệt là xinh xinh
Ngoài vườn hay ở trong bình
Hoa đều tươi đẹp lung linh rạng ngời

Năm nào tuyết lạnh tuôn rơi
Khi Xuân nắng ấm lả lơi gọi mùa
Cánh hoa mưng mửng gió lùa
Nhụy hoa vàng óng như đùa cùng ong

Ngắm nhìn từ lúc đơm bông
Cánh hoa he hé trắng hồng gọi xuân
Ngày xuân đã đến thật gần
Thi nhau đua nở thêm phần thơm hương.

012423 - Xin cám ơn chị Ngọc đã tặng những cành Đào dễ thương

Chung Trà Đầu Xuân

Tối qua ngồi uống chung trà
Ướp mùi hoa cúc đậm đà ngát hương
Nhà tôi nội trợ đảm đương
Chu toàn mọi việc yêu thương đong đầy

Xôi chè bánh mứt Tết này
Cửa nhà tươm tất một tay nàng làm
Mứt gừng dẻo ngọt mùi cam
Bên chung trà ấm mạn đàm chuyện xưa

Bên ngoài trời đổ cơn mưa
Mà lòng luôn ấm từ trưa tới giờ
Nịnh đầm tôi viết bài thơ
Đọc nghe sến súa cũng ngờ nghệch trao

Cuộc đời ai biết thế nào
Nên thôi cứ thế ngọt ngào cho nhau
Gia đình trước cũng như sau
Luôn luôn đầm ấm bạc đầu thời gian.

012523

Chia Buồn

Vừa nghe mẹ gọi báo tin
Bạn tôi mới mất thình lình mấy hôm
Rơi vào khoảng trống tối om
Ngẫm đời kiếp sống vô thường hư không

Chữ thương chữ tiếc chất chồng
Gọi tên người ấy mà lòng rưng rưng
Hà Lê Long Ngọc ngập ngừng
Nghẹn nơi cổ họng tưởng chừng ngất đi

Kiếp người được mất những gì
Trầm luân bể khổ cũng vì mưu sinh
Nỡ chia đôi ngả u minh
Mong người an nghỉ bên kinh kệ này

Diệu Tâm Thiện, luôn đong đầy
Cầu mong gia đạo sớm ngày vượt qua
Nỗi buồn mất mát sẽ qua
Yêu thương đọng mãi không nhòa nhạt phai...

012523 - Thành kính phân ưu cùng gia đình chị Ngọc Hà

Ngày Tết Với Hoa Cúc Vàng

Cuối năm mua chậu cúc vàng
Trưng ba ngày Tết rồi mang đi trồng
Trước vườn trơ trọi trống không
Nay thêm màu sắc giữa không gian này

Trời còn thiêm thiếp ngủ say
Cúc nằm im đợi chờ ngày nắng lên
Trải qua tháng lạnh buồn tênh
Rồi xuân cũng đến kề bên cạnh mình

Xuân sang nứt nhánh trở mình
Cúc xanh thêm lá bình minh đón chào
Xuân qua hạ đến thêm cao
Thu về gió mát lao xao vườn nhà

Trước thềm bông cúc trổ hoa
Hương bay nhè nhẹ tỏa ra thơm nồng
Đất trời nghiêng ngả mênh mông
Cõi lòng ngây ngất bềnh bồng đắm say

012623

Cánh Thiệp Mùa Xuân
(Viết tặng chị Mai Phương)

Cám ơn cánh thiệp phương xa
Với bao câu chúc thiệt là dễ thương
Ôi chao ngọt tựa như đường
Hồn tôi bay bổng theo phương ấy rồi

Cám ơn người nhớ đến tôi
Ngày đầu năm mới đứng ngồi đều vui
Ra vô luôn mỉm môi cười
Ôm vào những đóa hoa tươi thắm hồng

Cám ơn người đã có lòng
Cho hoa đua nở giữa không gian này
Kỷ niệm xưa, mãi đong đầy
Lật từng trang nhẹ mê say cuộc đời

Bôn ba khắp chốn phương trời
Xinh xinh cánh thiệp đã rơi đúng mùa
Ngày xuân cánh thiệp vui đùa
Nghe sao mát rượi gió lùa vào tim!

012723 - *Em xin cám ơn chị Mai Phương đã gửi thiệp và "lì xì" ngày đầu năm*

Hoa Lài Mùa Đông*

Mùa đông em cũng trổ hoa
Vàng ươm một cõi riêng ta giữa trời
Đến từ Trung Quốc xa vời
Trở nên phổ biến ở nơi xứ này

Giữa mùa đông lạnh nơi đây
Điểm tô sắc thắm đắm say lòng người
Trong tuyết trắng, đóa vàng tươi
Nghiêng mình rũ bóng mỉm cười xa xăm

Thân nho nhỏ, xanh quanh năm
Cho nhau thêm một chỗ nằm trong sân
Hoa nho nhỏ, đẹp vô ngần
Coi như cũng tạm thế thân mai vàng

Tết sang khấp khởi rộn ràng
Thêm hoa lài thắm mênh mang ngọt ngào
Mùa đông mỏng áo em trao
Tình người lữ thứ dạt dào trong tim.

012723

*Tên khoa học là Jasminum nudiflorum, một loài hoa sáu cánh màu vàng có nguồn gốc từ Trung Hoa. Hoa nở vào mùa đông vì vậy tên tiếng Anh của loài hoa này là Winter Jasmine.

Bánh Bèo Yêu Thương

Cuối tuần nàng đổ bánh bèo
Dẻo dai bột gạo nhà nghèo bao quanh
Thơm lừng tóp mỡ lá hành
Tròn vo nho nhỏ chén sành xinh xinh

Tôm hồng áp má cạnh mình
Cay sè mắm ớt đậm tình quê hương
Nhớ xưa ở quán bên đường
Ninh Hòa quê ngoại vấn vương một thời

Nắm tay nhau mãi không rời
Ta cùng đi hết cuộc đời bên nhau
Chân trời góc biển nơi đâu
Tình ta nồng ấm một màu sắt son

Bánh bèo kết nối duyên tròn
Anh ăn kẻo nguội mất ngon ấy mà
Hương thơm chua ngọt đậm đà
Nhìn nhau ta thấy cả nhà thương yêu!

012823

Tình Ta

Cổ em đau quá anh à
Nhờ anh xoa bóp mát xa chút nào
Bấy lâu chung sống ngọt ngào
Để cho anh biết thế nào yêu thương

Tóc mai vài sợi phơi sương
Chân chim in dấu sắc hương phai nhiều
Thương nhau đến tuổi xế chiều
Chăm lo sau trước bao nhiêu nhọc nhằn

Thời gian để lại vết hằn
Vậy mà anh mãi nghĩ rằng còn son
Bao năm chăm sóc chồng con
Chân tay cũng mỏi cũng mòn chứ anh

Bây chừ đã hết xuân xanh
Nên luôn đau nhức nhờ anh bóp giùm
Vợ chồng đã sống nhau cùng
Thôi em ngồi xuống anh chung tay làm...

012923

Cõi Thơ

Nửa khuya thức dậy làm thơ
Ngó ra cửa sổ trăng mờ chơi vơi
Khi ta đã quá nửa đời
Thường hay thức giấc nằm phơi mắt nhìn

Có hôm thức đến bình minh
Nên ta tìm đến duyên tình cùng thơ
Theo câu sáu tám từng giờ
Chẳng hay mất nhịp thẫn thờ tương tư

Sáng ra đôi mắt lừ đừ
Nếu ai có hỏi ta như mất hồn
Ở trong trạng thái bồn chồn
Rằng như ai lén khẽ hôn môi mình

Câu thơ như miếu với đình
Chỉ riêng một cõi của mình bao la
Từ trong tiềm thức tuôn ra
Câu thơ lả lướt hay là dở hơi?

013023

Mẹ Con

Chiều qua cậu ấm đi thi
Đậu ngay bằng luật dẫu thi lần đầu
Tuổi trẻ học thiệt là mau
Chỉ hai ngày ngắn mươi câu đậu liền

Thôi thì chuẩn bị chi tiền
Mua xe, bảo hiểm, liên miên chắc nghèo
Dù nghèo cũng ráng mà theo
Làm cha làm mẹ chống chèo cho con

Hôm qua mẹ đã mỏi mòn
Chờ ngay trước cửa đón con chúc mừng
Hôn con làm mặt đỏ bừng
Con đây mười sáu mẹ đừng hôn con

Cho dù con lớn tựa non
Trong đôi mắt mẹ con còn trẻ thơ
Tình thương của mẹ vô bờ
Bao năm vẫn vậy không mờ nhạt phai

013123

Chân dung Y Thy Võ Phú qua nét vẽ, *charcoal on paper*, của **họa sĩ Joseph D'Oleo (2)**

THÁNG

02

Tháng Hai tuyết nở trắng đồi
Mắt cay hình bóng xa xôi quê nhà
Tôi buồn chẳng dám nói ra
Sợ em rớt hạt châu sa nghẹn ngào
(Nỗi Lòng Tháng Hai – Trang 34)

Thơ Thẩn Ngày Mưa

Trời mưa đưa vợ đi làm
Đưa con đi học một năm mấy ngày
Ngoài trời gió thổi mưa bay
Sáng se sắt lạnh vai gầy anh thương

Bài thơ ngẫm nghĩ giữa đường
Con xoay người lại cổng trường mờ xa
Tuổi thơ tuổi ngọc tuổi ngà
Hồn nhiên con bước mắt cha dịu dàng

Đường về vắng lặng thênh thang
Câu thơ vừa gặp thoáng ngang trong đầu
Đến nhà vội viết đôi câu
Sợ tan theo giọt mưa ngâu ấy mà

Trời mưa từng giọt mưa sa
Vợ con đi hết cửa nhà buồn tênh
Trong phòng góc bếp mình ên
Một mình một cõi cho nên thẫn thờ…

020123

Nỗi Lòng Tháng Hai

Tháng Hai tuyết nở trắng đồi
Mắt cay hình bóng xa xôi quê nhà
Tôi buồn chẳng dám nói ra
Sợ em rớt hạt châu sa nghẹn ngào

Tháng Hai thương nhớ dạt dào
Hoa Mai đón Tết cành Đào đón xuân
Thời gian như áng phù vân
Bao năm lặng lẽ trầm luân kiếp người

Tháng Hai nắng tắt nụ cười
Lướt qua cửa sổ lên trời theo mây
Môi tê dạ xót nơi này
Nghe tim giá buốt mắt cay nghẹn lòng

Tháng Hai còn giữa mùa đông
Đêm qua gặm nhấm trong lòng buồn hiu
Nhớ thương ray rứt rất nhiều
Thôi thì đem giấu những điều riêng mang

020223 - *Bích Môn Thành, ngày đầu tuyết rơi...*

Tháng Hai Nhớ Người

Tháng Giêng ba mươi mốt ngày
Tưởng dài hoá ngắn thì này tháng Hai
Xếp vành những hạt hoa mai
Nghe sương rơi nhẹ nhớ hoài sắc hoa

Lung linh buổi sáng chan hòa
Giật mình tỉnh giấc nhìn hoa nhớ người
Này kìa hạt nhỏ xinh tươi
Kết từ trời đất mỉm cười nhân gian

Nhớ xuân lòng thấy rộn ràng
Nhớ từng khúc nhạc dịu dàng đắm say
Gửi qua sợi nhớ vào mây
Ở nơi phương đó người hay tôi buồn

Ngoài sân rơi hạt mưa nguồn
Thấm vào nỗi nhớ sao buông được lòng
Nơi đây trời vẫn còn đông
Nhớ sao nhớ lắm đợi mong ngày về.

020323

Thứ Bảy Cuối Tuần

Sáng nay thứ Bảy ở nhà
Cuối tuần lười biếng chưa ra khỏi giường
Ngoài trời buốt lạnh thấu xương
Cỏ cây hóa đá sắc hương phai tàn

Sáng nay thứ Bảy bình an
Nằm nghe nhịp thở miên man giao hòa
Đôi câu chuyện phiếm ba hoa
Em cười khúc khích thiệt là vui ghê

Rồi em tâm sự tỉ tê
Chuyện nơi công sở chuyện quê hương mình
Hôm qua gọi Mẹ tâm tình
Năm nay ăn Tết linh đình rất vui

Sáng nay thứ Bảy bên người
Bình an sẵn có mỉm cười hồn nhiên
Tạm quên đi chuyện gạo tiền
Để nghe nhịp sống nối liền thương yêu!

020423

Say Trăng

Kìa trăng e thẹn buông rèm
Như cô thiếu nữ khi xem mắt chồng
Lửng lơ treo giữa thinh không
Cô đơn lạnh vắng trong lòng bơ vơ

Đêm nay mây phủ che mờ
Để tôi đứng mãi đợi chờ xót xa
Trăng đầu xuân, trẻ mặn mà
Sao trăng lại khóc lệ sa xuống trần

Chắc tôi chưa đủ ân cần
Để trăng cảm thấy ngại ngần đắn đo
Này trăng trăng hỡi chớ lo
Tôi nào suồng sã làm cho trăng gầy

Những hôm trăng ghé lại đây
Tôi ngồi ngắm mãi mê say ánh vàng
Lâng lâng đầu óc mơ màng
Người như nghiêng ngả mênh mang đất trời.

020523 - Tết Nguyên Tiêu

Nụ Cười Tình Bạn

Trời lành lạnh, đốt lửa chơi
Giữ cho cuộc sống thảnh thơi an bình
Giàu sang chỉ ở chữ tình
Kể nhau nghe chuyện bạn mình với ta

Rất vui khi bạn đến nhà
Ngồi quanh bếp lửa ba hoa chuyện đời
Rộn vang trong những tiếng cười
Sống vui khỏe mạnh làm người nghĩa nhân

Ngày vui khi có bạn thân
Nhâm nhi ly rượu ân cần bên nhau
Đêm qua trăng sáng trên đầu
Dăm vần thơ lạc đôi câu gửi người

Trên đôi môi, nở nụ cười
Cám ơn bạn đã cho tôi vài giờ
Bạn bè là những bài thơ
Tối nằm tôi ngủ còn mơ mình cười!

020623

Trăng Trước Cổng Trường

Chờ con ở trước cổng trường
Thấy vầng trăng sáng dễ thương quá chừng
Đêm nay buổi tối mông lung
Gió se se lạnh cây rung vẫy chào

Này vầng trăng sáng trên cao
Ngẩng đầu ngắm mãi chìm vào xa xôi
Hôm nay có ánh trăng soi
Chắc là chú Cuội đang ngồi thẫn thơ

Lom khom lượm mấy câu thơ
Chờ nàng Hằng đến khù khờ trao ngay
Thầm thương chẳng dám tỏ bày
Mượn câu thơ vụng trao tay đến nàng

Ngẩn ngơ nhìn ánh trăng vàng
Giật mình tỉnh giấc con tan trường rồi
Đón con về đến nhà thôi
Dọc đường vẫn thấy trăng trôi theo mình.

020723

Hoa Cẩm Chướng

Ngày xuân Cẩm Chướng điểm trang
Loài hoa em thích em mang về nhà
Búp hoa nu nú mượt mà
Tượng trưng nhân hậu vị tha chung tình

Nghe đồn thuở nọ chiến chinh
Lá hoa trộn rượu trong bình rót ra
Ở vào thế kỷ mười ba
Sốt cao hạ xuống đi qua tức thì

Đỏ tươi ái mộ tình si
Trái tim đau nhói cũng vì yêu em
Có người mê tín bói xem
Cài hoa trên tóc đi kèm tương lai

Nếu bông bên phải tàn phai
Cuộc đời sung sướng không ai sánh bằng
Khi bông bên trái héo tàn
Cuộc đời vất vả nặng oằn hai vai.

020823

Công Viên Belle Isle

Nơi đây thời tiết thất thường
Nhưng tôi vẫn ở vẫn thương xứ này
Hôm rồi gió lạnh tuyết bay
Sáng nay nắng ấm đong đầy sắc hoa

Trong lòng thầm nghĩ đông qua
Nhưng không đông vẫn lân la sáng chiều
Bên căn nhà gỗ rong rêu
Hoàng hôn vừa tắt tiêu điều xác xơ

Đông còn ở lại bao giờ
Có chi luyến tiếc đợi chờ tiễn đưa
Em thường có lúc giỡn đùa
Nơi này có đủ bốn mùa quanh năm

Đêm nay trời rét lạnh căm
Nghe từng hơi thở thì thầm bên tai
Em còn trong giấc mộng dài
Mỉm cười hạnh phúc bên vai anh chồng!

020923

Ơn Trời Thứ Sáu Đến Rồi

Ơn Trời thứ Sáu đến rồi
Vậy là ta được rong chơi cuối tuần
Từ Hai đến Sáu xoay vần
Mai nay thứ Bảy cũng cần nghỉ ngơi

Bôn ba chi lắm người ơi
Tiền đâu mang được khi Trời gọi đi
Bên kia đem được những gì
Cố chi mệt xác sân si nhức đầu

Không ai biết được mai sau
Cuối tuần vui vẻ bên nhau thanh nhàn
Đố ai giữ được thời gian
Nên thôi cũng chẳng vội vàng mệt thân

Đời ta chỉ sống một lần
Tội chi phải khổ nai lưng đi cày
Một tuần làm đủ năm ngày
Còn hai ngày lại ta đây lượn lờ.

021023

Cám Ơn Bạn, Những Trận Cười

Cám ơn bạn, những trận cười
Cho ta nghiêng ngả niềm vui cuối tuần
Gặp nhau tay bắt mặt mừng
Bao năm rồi nhỉ chưa từng gặp nhau

Nâng ly kể chuyện đôi câu
Từ thời đại học thuở đầu mới quen
Rượu vào chếnh choáng hơi men
Ba hoa chuyện tếu một phen cười bò

Su su đầu vé, màu nho
Lập đi lập lại bạn cho mình cười
Tính sơ đâu khoảng mười người
Nhâm nhi tận sáng thắm tươi cuộc đời

Cám ơn bạn thật tuyệt vời
Ôn bao kỷ niệm một thời vấn vương
Bạn bè học ở cùng trường
Lâu lâu gặp lại thiên đường ta say!

021123 - Bạn VCU gặp lại nhau tại nhà anh Chính

Bún Bò Mời Bạn

Trưa nay nàng nấu bún bò
Nạm, gân, chả, huyết, cùng giò heo ngon
Một tô húp sạch không còn
Lăm le tô nữa ôi ngon cực kỳ

Thơm lừng sả ớt mê ly
Lâu lâu một bữa ít khi ăn nhiều
Chả dai lụp bụp hạt tiêu
Gân giòn sừn sựt thấm đều bên trong

Trời mưa tô bún ấm lòng
Rau thơm hành giấm tình nồng nàng ơi
Bếp nhà trên cả tuyệt vời
Mỗi khi có dịp nàng mời bạn qua

Mỗi tuần bạn đến chơi nhà
Nàng luôn đãi bạn đậm đà món quê
Món ngon nàng nấu khỏi chê
Bạn cười vui vẻ mình mê nàng hoài!

021223 - *Chủ Nhật bạn đến nhà chơi*

Xuân Bên Vườn Hoa Lewis Ginter

Trời xanh màu nắng thiên thanh
Trong vườn dạo bước độc hành tìm vui
Bên chân hoa cỏ mỉm cười
Thủy Tiên vẫy gọi vui tươi đón chào

Ô kìa xuân đến rồi sao
Cây khô tỉnh giấc vươn cao trẩy mầm
Dưới lòng đất, dế gọi thầm
Tỏ lời tình tự ái ân xoay vòng

Bây chừ chưa hết mùa đông
Xuân nay đến sớm trong vườn muôn hoa
Hương nồng ủ kín đông qua
Từ dòng đất lạnh thở ra với đời

Ngắm nhìn cảm nhận người ơi
Vàng ươm cánh mỏng tuyệt vời vẫy tay
Sương hôn má phấn hây hây
Hoa cười e ấp ngất ngây lòng người.

021323 - *Lewis Ginter Botanical Garden*

Lễ Tình Nhân

Lễ Tình Nhân, như mọi lần
Vẫn ăn, vẫn ngủ, vẫn cần có nhau
Anh mong trước cũng như sau
Tình ta luôn mãi đậm màu thủy chung

Lễ Tình Nhân, ta đã cùng
Mười bảy năm lẻ sống chung một nhà
Năm này như những năm qua
Lửa tình nồng cháy chưa nhòa nhạt phai

Trải qua những tháng năm dài
Tình ta như cõi bồng lai dương trần
Yêu nhau nên chẳng ngại ngần
Cho nhau mật ngọt trăm lần trên môi

Lễ Tình Nhân, lòng bồi hồi
Nhịp tim đập loạn như hồi mới quen
Và tình ta ủ lên men
Cùng nhau cạn chén cho thêm ngọt ngào.

021423 - *Happy Valentine's Day*

Sự Tích Hoa Thủy Tiên

Chuyện rằng nhà nọ bốn con
Người cha đau yếu chỉ còn chút hơi
Trước khi nhắm mắt lìa đời
Các con hãy nhớ lấy lời của cha

Tiền tài của cải chia ra
Bốn phần đều đặn mới là con ngoan
Tuy nhiên chôn cất vừa tròn
Ba người anh lớn giành hơn phần nhiều

Chừa em mảnh đất tiêu điều
Khô cằn nứt nẻ rất nhiều cỏ hoang
Em buồn lệ rớt hai hàng
Bỗng đâu xuất hiện một nàng tiên xinh

Bảo rằng mảnh đất nhà mình
Một kho tàng quý ẩn mình dưới sâu
Khi xuân đến, sẽ trổ màu
Đem hoa bán lấy làm giàu khó chi!

021523 - Bốn đóa hoa Thủy Tiên quanh nhà

Đưa Tiễn Cái Răng

Gọi là cái gốc con người
Nên hay chăm chút để cười thấy ta
Chẳng may đau nhức hít hà
Tìm ông nha sĩ nhổ ra tức thì

Gặp cô phụ tá mê ly
Cho cây kẹo ngậm lợi ni tê liền
Nằm trên ghế, đợi tới phiên
Ông nha sĩ trẻ cười hiền hỏi han

Tôi nằm đó, lại than van
Ôi cái răng cấm chẳng ngoan chút nào
Nhức từng thớ thịt nghẹn ngào
Ông nhìn rồi bảo không sao đâu mà

Nói rồi ông mở hộp ra
Gương, kềm, kẹp gắp, nạo ngà, nha khoa
Cái răng cứng hổng chịu ra
Lắc lư một lúc thấy ba ông Trời!

021623 - Ảnh: *Văn phòng nha sĩ nơi nhổ răng*

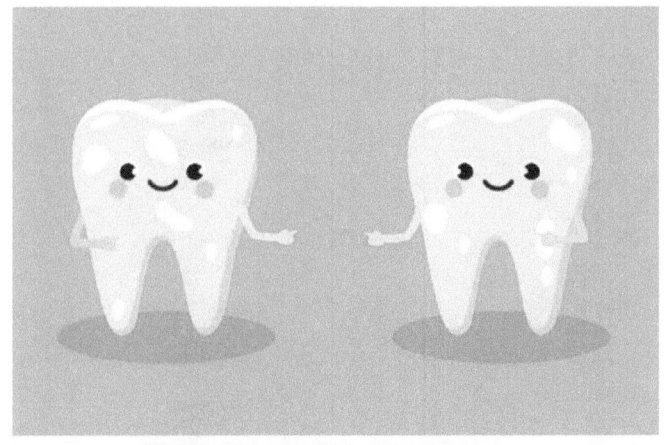

Lại Chuyện Cái Răng

Chưa quen mất một cái răng
Giống như nằm ngủ thiếu chăn đắp mình
Tự nhiên cái lưỡi vô tình
Chạm vào chỗ trống thùng thình, nhột ghê

Tối qua trong lúc ngủ mê
Đưa tay em nựng mà tê điếng người
Tôi nhăn mặt, miệng em cười
Thôi em xin lỗi đủ mười được không

Răng đau nhổ bỏ tưởng xong
Mất rồi mới thấy răng trong cũng cần
Tự nhiên đang ở rất gần
Bây giờ xa lắc mất tăm đâu rồi

Chỗ răng trống, lưỡi ghé chơi
Tự tung khám phá thảnh thơi độc quyền
Xem như thế là cõi riêng
Dang ra nằm gọn hồn nhiên ở lì!

021723 - Một ngày sau khi nhổ mất cái răng. Ảnh: internet

Ta Biết Mùa Xuân Đến

Sáng ra giụi mắt rồi chà
Cổ họng ngứa ngáy như là ong châm
Mũi thì nước chảy dầm dầm
Khiến ta sụt sịt cả trăm mấy lần

Ra đường có chút ngại ngần
Tưởng đâu Covid chẳng gần kề nhau
Rồi thì cái mặt dàu dàu
Tại mùa bông phấn chứ đâu phải mình

Xuân nay đến rất thình lình
Thuốc men chưa uống nên sinh sự liền
Vội vàng uống lấy một viên
Lim dim buồn ngủ mơ tiên trên trời

Mùa Xuân thức giấc gọi mời
Vô tư rắc phấn khắp nơi dương trần
Trăm nghìn đóa, đẹp vô ngần
Hoa thơm cỏ lạ ngoài sân đón chào.

021823 - Ảnh: Mùa Xuân đã về.

Đi Ăn Lẩu Buffet

Tối qua ăn lẩu buffet
Mừng ngày sinh nhật chị ba Kim Hà
Lái xe về đến trước nhà
Bụng căng, chùng mắt như gà gặp đêm*

Lẩu thơm nước ngọt thịt mềm
Rau tươi, hải sản, nước nêm đậm đà
Thịt heo, đậu hũ, thịt gà
Tươi ngon, sạch sẽ thiệt là khỏi chê

Cá, tôm, sò điệp ê hề
Tự do chọn lấy đem về bàn ăn
Cái bụng như có nhiều ngăn
Chứa bao nhiêu thứ nên căng cứng rồi

Đầu thì đã bảo ngừng thôi
Mà sao con mắt muốn coi còn gì
Về đến nhà, ngủ li bì
Một hơi tới sáng sướng chi cuộc đời.

021923 - *"Căng da bụng, chùng da mắt"*

Vườn Hoang Có Bụi Mai Vàng

Mười năm về trước nơi đây
Phía sau rậm rạp lá cây phủ đầy
Dây leo ôm lấy thân cây
Bộn bề phế thải nơi này tan hoang

Xa kia một góc đồng hoang
Mùa Xuân khởi sắc ánh vàng lung linh
Cháy bùng sức sống vươn mình
Rằng bao niên sử tạo hình vòng cung

Xuyên qua tán lá muôn trùng
Những bông hoa rộ đã bùng cháy lên
Em gọi bốn cánh hoa mềm
Mai vàng để nhớ bên thềm nhà xưa

Óng vàng giữa nắng ban trưa
Riêng em nỗi nhớ vẫn chưa nguôi lòng
Trải qua mười mấy năm ròng
Nhìn hoa nhớ lắm đợi mong ngày về.

022023

Chuyện Hai Vì Sao

Đêm nay sao Mộc, sao Kim
Hai vì sao lạc đã tìm được nhau
Nhờ trăng nối lấy nhịp cầu
Để Kim gặp Mộc trao nhau ánh vàng

Mông hai lá lúa dịu dàng
Làm con thuyền nhỏ đưa nàng về đây
Lung linh trong cảnh đắm say
Mời nhau cạn chén rượu cay tình nồng

Sao Mộc trong cõi hư không
Say tình lai láng phiêu bồng lãng du
Nàng Kim dịu ngọt hát ru
Để chàng trút bỏ phù du cuộc đời

Nàng Kim thần nữ rạng ngời
Còn chàng sao Mộc bầu trời bao la
Đêm nay dưới ánh trăng ngà
Nhờ trăng dẫn lối cho ta với nàng.

022123 - Một ngày đẹp trời ngồi ngắm sao Mộc và sao Kim hội tụ cùng trăng non!

Buổi Trưa Đi Dạo Ở Thủ Phủ Tiểu Bang Virginia

Trưa nay ngày mới em ơi
Thứ Tư đi giữa khoảng trời thênh thang
Mây bay nhè nhẹ mơ màng
Theo cơn gió thổi mênh mang đất trời

Trưa nay dạo bước bên đồi
Ngắm muôn hoa cỏ rạng ngời đưa hương
Cong cong lối nhỏ bên đường
Đôi chim mào đỏ yêu đương tự tình

Thủy Tiên vàng, trăm đóa xinh
Mim cười trong nắng lung linh vẫy chào
Nắng xuân lan tỏa ngọt ngào
Dịu dàng tha thướt gửi trao mọi người

Đâu đây khúc khích tiếng cười
Hai cô gái trẻ đùa vui rộn ràng
Buổi trưa qua thật nhẹ nhàng
Trong lòng thoải mái bình an một ngày!

022223 - Richmond, Capitol of Virginia!

Sự Tích Hoa Mộc Lan

Thuở xưa ở thành Đông Kinh
Có nàng thiếu nữ một mình kết hoa
Bao nhiêu hoa giấy làm ra
Vẫn không mua nổi váy hoa cho mình

Một con vẹt, rất thông minh
Mách rằng nhỏ máu của mình lên hoa
Giấy hoa bỗng trở xinh tươi
Giúp nàng nhanh chóng thành người giàu sang

Nơi vũ hội, gặp được chàng
Tình yêu trao gửi không than oán gì
Khi yêu nàng chẳng nghĩ suy
Bao nhiêu giọt máu nhỏ đi kiếm tiền

Mua căn nhà nhỏ bình yên
Nhưng không thỏa nguyện kim tiền của anh
Rồi nàng kiệt sức rất nhanh
Rời xa nhân thế biến thành Mộc Lan!

022323 - Hoa Mộc Lan trong công viên Lewis Ginter

Những Cánh Bướm Mộc Lan Trong Nắng Chiều

Ngoài vườn ngàn cánh bướm bay
Phấn hồng lả lướt uống say nắng chiều
Trên trời mây trắng phiêu diêu
Trông như cô gái mỹ miều rất xinh

Trăm ngàn cánh vỗ lung linh
Bên khung cửa sổ ghi hình nơi đây
Thơm mùi dịu ngọt ngất ngây
Thản nhiên hít thở nồng say thẫn thờ

Tưởng như mộng, tưởng như mơ
Nhưng không đây thật sắc tơ mượt mà
Trăm ngàn cánh, trăm ngàn hoa
Mộc Lan thơm ngát đậm đà ngát hương

Biết bao hoa đẹp hóa thường
Bên nàng hồng phấn dễ thương nhất vùng
Áo em mềm mại êm nhung
Tôi nâng niu lấy, ngượng ngùng em bay!

022323

Khi Nàng Tâm Sự

Hôm qua nàng nói với tôi
Giờ ta ổn định anh thôi bớt làm
Bao năm cộng khổ đồng cam
Tiền bao nhiêu đủ lòng tham con người

Cuộc đời đâu có mấy mươi
Anh thôi tham việc nghỉ ngơi bớt giùm
Bán bông, bàn ghế, tùm lum
Tối ngày ở miết lum khum ngoài vườn

Nhìn anh em thấy em thương
Sớm hôm vất vả tóc sương điểm đầu
Anh ơi đừng có lo âu
Em luôn bên cạnh trước sau chung lòng

Thương nhau tình nghĩa vợ chồng
Thời gian còn lại thong dong tuổi già
Anh ơi đừng có lo xa
Bỏ buông nhẹ gánh hai ta vui cùng.

022423

Mì Quảng Quê Mình

Hôm nay có mì Quảng gà
Lá mì cắt sợi, bánh nhà tráng ra
Nàng nấu đãi bạn phương xa
Đậm đà hương vị quê nhà yêu thương

Sợi mì trông rất bình thường
Thêm một tí nghệ cho hương sắc vàng
Gà dai, trứng lột đàng hoàng
Mắm, tiêu, tỏi, ớt trộn đều ướp qua

Nén thơm đầu phộng vị gia
Vàng ươm thớ thịt xào qua thấm dần
Ngò thơm, rau quế, hành trần
Ớt xanh, đậu phộng rang giòn, cải con

Bánh tráng, nước mắm thơm ngon
Chanh tươi cắt lát, chuối non bào vào
Món ngon dân dã làm sao
Thơm ngon, hợp khẩu, bạn nào cũng khen!

022523

Cuối Tuần Có Bạn Ghé Chơi

Cá nục đem hấp gừng hành
Mắm thơm ớt tỏi cốt chanh vắt vào
Ăn kèm rau muống, chuối bào
Cải con, ngò rí, ôi chao tuyệt vời

Hôm nay có bạn ghé chơi
Cá cuốn bánh tráng để mời bạn tôi
Tôm khô, dưa kiệu làm mồi
Nhâm nhi ly rượu ta ngồi bên nhau

Cuối tuần chẳng biết đi đâu
Cũng may có bạn đôi câu đỡ buồn
Rượu thơm nồng ấm vành môi
Ta vui thư giãn nghỉ ngơi đàng hoàng

Hôm nay trời đẹp xuân sang
Ta vui chút rượu không gian rất tình
Ngày hôm nay, bạn với mình
Thời gian trôi nhẹ yên bình thảnh thơi!

022623

Trả Lời Em, Vì Sao Tôi Làm Thơ

Mỗi ngày thêm một bài thơ
Đầu năm Quý Mão đến giờ chưa phai
Bây giờ sắp hết tháng Hai
Tính đi cũng được bốn hai mươi bài

Đến cuối năm, hãy còn dài
Bao câu lục bát lai rai tâm tình
Mỗi ngày viết chuyện linh tinh
Như ghi nhật ký của mình mà thôi

Mỗi ngày tôi lại rong chơi
Vui cùng con chữ mê tơi thoả lòng
Tháng Ba tới, hết mùa đông
Vào mùa xuân ấm gieo trồng liên miên

Thả con chữ, phủi tan phiền
Dăm câu sáu tám bình yên mỗi ngày
Cho đời thêm chút hương say
Tâm hồn thanh thản nơi này nha em!

022723

Forsythia, Hoa Vàng Đầu Xuân

Nghe chim ríu rít gọi đàn
Thấy hoa Mai nở rộn ràng trước sân
Ô hay xuân đến thật gần
Xôn xao lộc biếc muôn phần lung linh

Mai vàng bốn cánh xinh xinh
Dọc theo bờ giậu trăm nghìn đóa hoa
Hôm nay hoa trổ trước nhà
Niềm vui mang đến chan hòa thương yêu

Cánh hoa dáng mỏng mỹ miều
Trải qua đông lạnh ít nhiều cô đơn
Nhưng hoa nào có giận hờn
Chờ mùa Xuân đến điểm son cuộc đời

Hoa cười cất tiếng gọi mời
Tôi lồng khung ảnh treo nơi đầu giường
Cho đời thêm một chút hương
Nghe sao hạnh phúc môi vương nụ cười.

022823

Con Đường Tôi Chưa Đi

Hai con đường một lối đi
Bên rừng lá chín tôi đi lối nào
Tôi không biết chọn làm sao
Đứng nhìn ngẫm nghĩ lối nào cho tôi
Nhìn xa tôi rất bồi hồi
Con đường cong quẹo để rồi ngẩn ngơ

Và rồi rất đỗi tình cờ
Chọn đi lối nhỏ mơ hồ thoáng qua
Bởi vì có cỏ có hoa
Lối đi bên đó thật là công tâm
Tôi đi nhưng lại nghĩ thầm
Hiện trên nét mặt thâm trầm qua mau

Hai con đường giống như nhau
Lá khô rạo rực tối màu chân ai
Hay tôi chọn lại ngày mai
Con đường đi đến kéo dài ra sao
Tuy nhiên chẳng biết đường nào
Liệu tôi có thể đi vào khoảng không

Đâu đó khi tuổi chất chồng
Còn tôi đứng đợi trong lòng nghĩ suy
Hai con đường một lối đi
Nên tôi chọn lấy lối đi vắng người
Những điều khác biệt con người
Làm nên tất cả con người trong tôi!

022823 - *Phỏng dịch dựa theo bài thơ " The Road Not Taken" bởi nhà thơ người Mỹ, Robert Lee Frost (March 26, 1874 – January 29, 1963).*

Chân dung Y Thy Võ Phú qua nét vẽ, *charcoal on paper*, của **họa sĩ Trương Đình Uyên (3)**

THÁNG

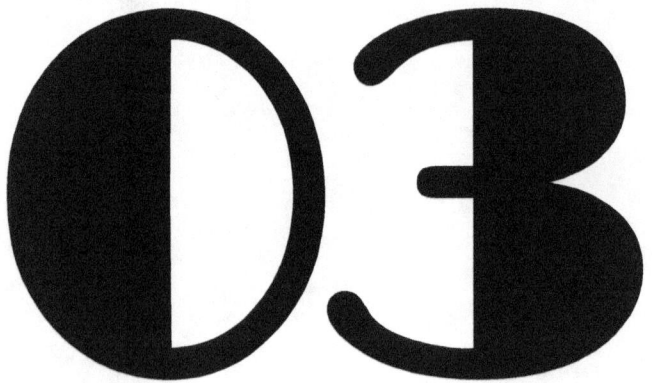

Tháng Ba tôi dạo bên đường
Cỏ non êm ái vấn vương chân mình
Tìm về ký ức thanh bình
Trôi qua nhè nhẹ đậm tình nơi đây!
(Tháng Ba Hoa Lê Nở – Trang 65)

Tháng Ba Hoa Lê Nở

Tháng Ba nay lại trở về
Đất Trời cây cỏ tràn trề sắc Xuân
Mai vàng nở rộ trước sân
Hoa Lê khai hội trắng ngần trên cây

Tháng Ba nắng rót thêm đầy
Ửng lên màu lá cỏ cây vui đùa
Chồi non trỗi dậy sau mưa
Con sâu nhún nhảy đu đưa trên cành

Tháng Ba, tôi mộng an lành
Con ong tìm mật trên cành cây cao
Trăm hoa đua nở ngọt ngào
Cho lòng lữ khách dạt dào yêu thương

Tháng Ba tôi dạo bên đường
Cỏ non êm ái vấn vương chân mình
Tìm về ký ức thanh bình
Trôi qua nhè nhẹ đậm tình nơi đây!

030123

Dạ Lan Hương

Lá xanh thẳng đứng mượt mềm
Hương thơm phảng phất trong đêm lâu tàn
Vòng tròn từng cánh dịu dàng
Đầu Xuân tỉnh giấc theo làn gió qua

Dạ Lan Hương, đẹp mặn mà
Mỹ miều duyên dáng cánh hoa rạng ngời
Hôm nay, buổi sáng đẹp trời
Bón phân, nhổ cỏ, làm tơi đất trồng

Em mạng Mộc, thích màu hồng
Vườn nhà sân trước tôi trồng tặng em
Sáng ra em bước qua thềm
Hương thơm hoa dạ ngọt mềm xung quanh

Ước mơ giấc mộng đã thành
Sân vườn trước ngõ duyên lành kết hoa
Mỗi khi về đến trước nhà
Trăm hoa vẫy gọi ngân nga đón chào!

030223

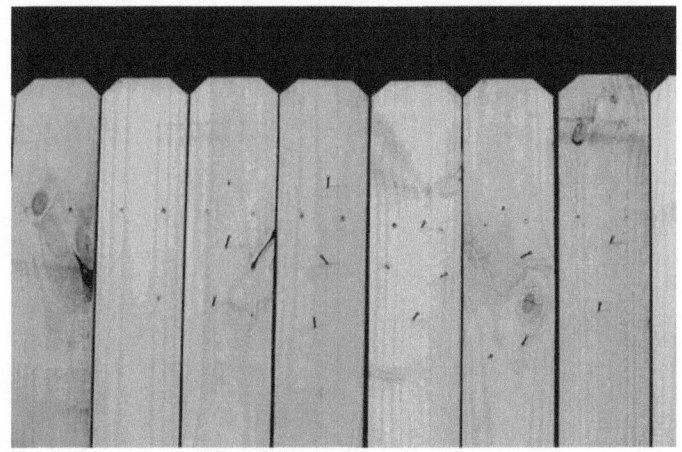

Bài Học Cho Con

Con trai nóng nảy tánh tình
Người cha đưa một bịch đinh bảo rằng
Mỗi khi nóng giận hung hăng
Đóng cây đinh nọ lên hàng rào kia

Ngày đầu ba bảy cây kìa
Nhưng rồi con số giảm chia mỗi ngày
Dần dần con thấy dễ thay
Kìm cơn nóng giận đến nay không còn

Xoa đầu, cha lại bảo con
Nhổ cây đinh nọ khi con kìm lòng
Trôi theo ngày tháng xoay vòng
Đinh kia đã hết trống không trên rào

Rồi cha dắt tới hàng rào
Cha khen con giỏi. Chỉ vào dấu đinh
Mỗi khi lời nói của mình
Trong cơn nóng giận như đinh đóng rồi
Vết sẹo còn lại không thôi!

030223 - Dựa theo câu truyện "Anger, the Boy and the Fence" bởi ThoughtCatalog.com

Sáng Nay Hương Bưởi Còn Vương

Đêm qua nằm trên gối mền
Thơm mùi hương bưởi kề bên cạnh mình
Tơ mềm từng sợi mượt xinh
Rơi trên môi mắt đượm tình khắc ghi

Đêm mơ một giấc diệu kỳ
Dường như đã biết từ khi lọt lòng
Những hôm gió thổi mưa dông
Mùi thơm dịu ngọt ấm lòng trẻ thơ

Mùi thơm hương bưởi bất ngờ
Bao năm trở lại tuổi thơ ngày nào
Hương thơm của bưởi ngọt ngào
Vỗ về giấc ngủ đi vào mộng mơ

Giật mình tỉnh giấc năm giờ
Thời gian thức dậy để lo đi làm
Sáng nay ngồi viết lan man
Còn vương hương bưởi tóc nàng quanh đây!

030302 - Mấy hôm nay nàng mua rất nhiều bưởi ở siêu thị về ăn, còn vỏ bưởi dùng gội đầu nên cả nhà toàn mùi hương của bưởi.

Truyền Thuyết Về Hoa Bồ Công Anh

Đóa vàng trên thảm cỏ xanh
Lung linh dưới nắng uốn quanh sườn đồi
Trải qua cuộc sống nổi trôi
Một chàng trai trẻ lên ngôi uy quyền

Dựng lên đất nước đầu tiên
Mở mang bờ cõi thường xuyên xa nhà
Vạn dặm đường, đã đi qua
Chợt nhìn trở lại tóc ngà điểm sương

Đêm ngắm trăng, nhớ quê hương
Dặn người hầu cận ngoài vườn chôn ta
Thảo nguyên rộng lớn quê nhà
Chân trời góc biển bao xa cũng về

Hồn ta nương gió về quê
Gửi cha, gửi mẹ, bờ đê xóm làng
Trên phần mộ, đóa hoa vàng
Về già bạc trắng thênh thang khắp đồng!

030323

Lời Mẹ Dặn

Về già ta bớt sân si
Không còn mặc cả không ki bo nhiều
Tiền làm ra cũng để tiêu
Cho đi hạnh phúc mọi điều tốt thay

Lắng nghe các cụ tỏ bày
Khi ôn kỷ niệm những ngày tháng quen
Không còn phân biệt sang hèn
Nói lời dễ mến miệng khen nhiều người

Người ta vui, mình cũng vui
Tiếc gì lời nói tiếng cười của ta
Người xấu thì ta tránh xa
Đừng vì thấy rách để mà rẻ khinh

Không vì quan điểm của mình
Bạn bè xa lánh mất tình bạn nhau
Ngày chết không trước thì sau
Làm điều yêu thích là câu dặn lòng.

030423 - *Thứ Bảy cuối tuần

Cuối Tuần Bán Bông

Vườn nhà trồng rất nhiều bông
Đầu Xuân chiết bớt bỏ công kiếm tiền
Khách mua bông đến rất hiền
Yêu thương hoa cỏ mọi miền trước, sau

Nhiều người cảm thấy mến nhau
Nán thêm vài phút đôi câu chuyện trò
Về nhà đem chậu đến cho
Thêm vài câu chuyện líu lo đỡ buồn

Sáng nay vừa nghe tiếng chuông
Có một vị khách với khuôn mặt tròn
Rổn rang giọng nói rất giòn
Mỉm cười rồi hỏi có còn bán bông?

Năm trước mua lấy về trồng
Nhiều người hàng xóm hết lòng khen luôn
Bởi thế trở lại tìm nguồn
Mua thêm vài chậu tặng luôn làm quà

030423*

Tin Buồn

Nhận tin từ chị Kiều Thi
Bố yêu của chị Kim Chi qua đời
Tay chân tôi muốn rụng rời
Bởi vì ông mới gọi tôi mấy ngày

Ông gọi với ý tỏ bày
Mong in thi tập độ dài trăm trang
Giờ hay tin, bỗng bàng hoàng
Như lời trăn trối muốn hoàn thành xong?

Nhà văn, thi sĩ Phú Long
Họ Nguyễn đã mất trong lòng tôi đau
Bốn ngày hôm trước cùng nhau
Thơ văn thi phú đôi câu nghĩa tình

Tôi còn nhớ mãi như in
Những lời ông nhắn rất tình cảm kia
Âm dương giờ đã cách chia
Cầu mong an nghỉ nơi kia cõi Trời!

030423 - *Thành kính phân ưu cùng chị, cô hiệu trưởng trường Việt Ngữ Huệ Quang, Kim Chi. Cầu mong hương linh của cụ ông Nguyễn Phú Long về cõi Niết Bàn!*

Tiếc Thương Nhà Thơ Nguyễn Phú Long

"Dấu Chân Kỷ Niệm" còn đây
Mà người đã bỏ về mây với Trời
"Ngày Ấy Chưa Xa" người ơi
"Còn Vương Tơ Lòng" với lời tiếc thương

Người đi *"Qua Mấy Nẻo Đường"*
Xa rời nhân thế văn chương bạn bè
"Dấu Thời Gian", bỗng trở về
"Mẹ Tôi" cũng khóc đỏ hoe mắt người

Di ảnh kia với nụ cười
"Biết Bao Nhiêu Tình" nhiều người chưa phai
Nhớ thương *"Chắp Nhặt Dông Dài"*
Nỗi niềm vong quốc u hoài quanh đây

Nhớ xưa *"Ai Đắp Lũy Thầy"*
Mà ghi *"Chút Nghĩa Cũ Càng"* tâm tư?
Người đi để lại di thư
Vợ con thương tiếc khóc như chưa từng!

030523 - Những chữ trong "ngoặc kép" là tựa sách của nhà thơ, nhà văn Nguyễn Phú Long đã in.

Ngày Đẹp Tươi

Hôm nay trời đẹp nắng vàng
Cuối tuần rảnh rỗi sửa sang lại vườn
Giờ trưa nàng đãi cơm sườn
Kèm thêm bì, chả, trứng, hương sắc đầy

Cuối tuần vui với cỏ cây
Bón phân, cuốc đất, chờ ngày trồng rau
Nhà tôi có hai con sâu
Hôm nào cũng vậy cơm, rau, trên bàn

Sáng nay nắng ấm Đông tàn
Tôi ra cuốc đất đánh hàng trồng khoai
Trong nhà nàng cũng miệt mài
Cơm canh trà nước sánh vai vợ hiền

Đời tôi sung sướng như tiên
Trưa cơm sườn chả, tối chiên mì xào
Ôi đời tươi đẹp biết bao
Tôi vui ca hát nghêu ngao cả ngày.

030523

Hoa Hạnh Phúc

Khi ta Hạnh Phúc bên nhau
Hình tim biểu tượng tím màu thủy chung
Xuân sang quyến rũ khắp vùng
Từ đông qua tây tận cùng miền Nam

Bao nhiêu thắng cảnh danh lam
Tinh hoa kết lại không gian sân vườn
Cho dù nắng gió phơi sương
Bóng cây Hạnh Phúc mát đường em đi

Bông hoa Hạnh Phúc diệu kỳ
Làm nhiều món lạ khắc ghi vào hồn
Luộc, xào, làm bánh tuyệt ngon
Quả dùng như đậu khi còn xanh tươi…

Cây hoa Hạnh Phúc mỉm cười
Đem mùa Xuân đến đón người phương xa
Ngắm nhìn Hạnh Phúc bao la
Một màu tím thắm cho ta say lòng!

030623 - Redbud (Cercis canadensis) có tên tiếng Việt là Hạnh Phúc

Hoa Hạnh Phúc Bên Công Viên Bryant Park

Sáng nghe hoa tím trở mình
Từ thân cây mộc kết tình thành đôi
Công viên còn một ghế ngồi
Đợi em làm dáng cho tôi ghi hình

Đêm về tôi viết thơ tình
Để mai đem tặng người tình trăm năm
Hoa thơm gối mộng tay nằm
Kể em nghe khúc nguyệt rằm nhân gian

Nắng rơi chiếu xuống địa đàng
Nụ hoa Hạnh Phúc dịu dàng đong đưa
Môi hờ nửa khép nửa chưa
Đôi tim đỏ thắm say sưa kết mành

Lẫn trong màu nắng long lanh
Sợi tơ mềm ướt trên cành chơi vơi
Bồng bềnh kết nối giữa trời
Nghe tim loạn nhịp bờ môi đợi chờ!

030723 - Hôm nay 16 trăng tròn.

Kẹt Xe Ngày Thứ Ba

Thứ Ba đi đến chỗ làm
Vừa ra xa lộ lại than lên rằng
Ôi Trời xe cộ nhì nhằng
Nối đuôi đèn đỏ đóng băng chậm rì

Đã trừ nửa tiếng khi đi
Nhìn dòng xe cộ nói gì được đây?
Thôi thì rẽ phải cầu may
Vào con đường nhỏ có hay không nào

Thứ Ba này chẳng ra sao
Đường nào cũng kẹt lối nào cũng đông
Nhìn dòng xe cộ cong cong
Thôi thì đành chịu chẳng mong đúng giờ

Hôm nay buổi họp bất ngờ
Nhấc phôn lên gọi người chờ biết tin
Người ta cũng trễ như mình
An tâm thủng thẳng hành trình chờ nhau.

030723*

Tôi Còn Chiêm Bao

Con chim se sẻ sau vườn
Co ro áo mỏng thấy thương trong lòng
Lẻ loi trước gió mùa đông
Tìm gom sợi nắng để hong ấm mình

Hôm nay cơn gió rập rình
Sắc trời xám ngắt vô hình bay ngang
Chạnh lòng tôi nghĩ lan man
Tôi như chim sẻ lẻ đàn bấy lâu

Cõi lòng tôi thấy quặn đau
Bao năm xa xứ dãi dầu gió sương
Đã đi qua khắp nẻo đường
Trông như cánh hạc mất phương hướng rồi

Chợt thèm nhớ tuổi nằm nôi
Nghe lời ru ngọt thảnh thơi thuở nào
Giờ nghe cơn gió thì thào
Chợt như tỉnh giấc chiêm bao giữa ngày

030823*

Em Nói Gì Ngày Tám Tháng Ba?

Hôm nay ngày tám tháng ba
Ở nơi xứ Mỹ chẳng quà chẳng bông
Thương nhau trao cả tấm lòng
Ngày nào cũng vậy luôn nồng nàn yêu

Thương nhau đâu phải quà nhiều
Mua bông, mua kẹo chi tiêu bạc tiền
Anh mua em sẽ giận liền
Bởi em chẳng thích tiêu tiền khơi khơi

Rằng em chỉ muốn đi chơi
Cùng gia đình nhỏ tuyệt vời của ta
Cho dù ngày tám tháng ba
Em nói rồi nhé không quà nha anh

Chỉ cần gia đạo yên lành
Một ngày tươi đẹp trong xanh yên bình
Em mơ cả cuộc đời mình
Trọn đời trọn kiếp bóng hình bên nhau.

030823

Một Lần Thăm Hồ Drummond

Trong hồ mọc một gốc cây
Trời xanh mây trắng đầm lầy phù sa
Miền Đông Nam, Virginia
Có hồ nước ngọt gọi là Drummond

Một con rái cá giữa dòng
Ngửa mình nằm ngủ trong lòng nước nâu
Mặt trời đã tắt từ lâu
Màn đêm buông xuống bên cầu thở than

Xưa rằng có một cô nàng
Mặc áo lụa trắng đi ngang nơi này
Chiếc xuồng lướt sóng như bay
Lập lòe đom đóm bên cây bách già

Giữa đông lạnh, chỉ mình ta
Đầm lầy ảm đạm da gà nổi lên*
Nhanh chân phóng thẳng như tên
Rời nơi hoang vắng để quên chốn này!

030923* - *Nhớ lại một chuyến đi thăm hồ Drummond ở Great Dismal Swamp, Virginia*

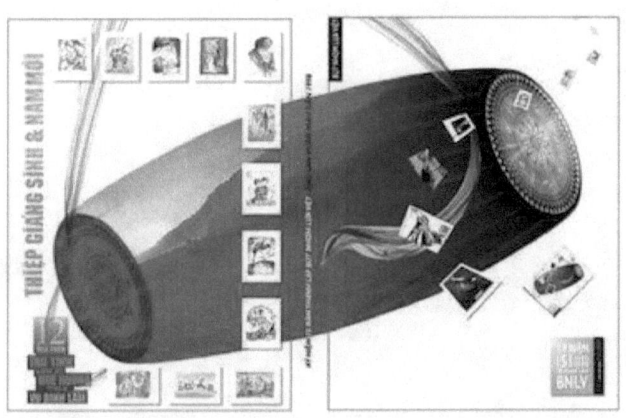

Nhớ Về Cha - Linh Mục Nguyễn Hoài Chương

Đặc San Lửa Việt năm nào
Tờ báo tuổi trẻ dạt dào tình thương
Do Cha, linh mục Hoài Chương
Thành lập, phụng sự quê hương đói nghèo

Biết bao tuổi trẻ nương theo
Mỗi năm Xuân đến vui reo đợi chờ
Đêm qua hay tin bất ngờ
Cha về với Chúa Kitô Thiên Đàng

Biết tin con rất bàng hoàng
Bao nhiêu kỷ niệm muôn vàn bên con
Lần đầu ở thành Bích Môn*
Tay Cha siết chặt cho con ấm lòng

Trải qua khoảng mấy mùa Đông
Ngày vui anh chị tơ hồng kết đôi
Lời Cha răn dạy tuyệt vời
Con luôn ghi nhớ những lời năm xưa…

030923 - *Bích Môn phiên âm Việt từ Richmond.*
Ảnh: Bìa Đặc San Lửa Việt Xuân 1998. Năm đầu tôi biết đến tờ Đặc San này!

Hoa Anh Đào Bên Dòng Potomac

Anh Đào nở rộ đông tan
Lung linh trong gió trăm ngàn cánh hoa
Kìa xem dưới cội hoa già
Một chùm hoa trắng nở ra giữa trời

Sáng nay gió lạnh sương rơi
Hoa còn tươi thắm chẳng vơi nỗi sầu
Dẫu cho sương gió dãi dầu
Hoa Đào vẫn thắm sắc màu thủy chung

Bao cánh hoa, đã nở cùng
Cho lòng xao xuyến mông lung dạt dào
Hai con mắt, ngắm hoa Đào
Nhìn hoa cứ ngỡ chiêm bao giữa ngày

Vạn người đã đến nơi này
Hằng năm để lại dấu giày vấn vương
Sắc hồng bừng tỏa thơm hương
Mang theo kỷ niệm muôn phương trở về.

031023 - *Ảnh: Mùa Hoa Anh Đào năm ngoái, 2022, trong gió lạnh ở Tidal Basin, Washington D.C.*

Tiễn Người Ra Đi
(Gửi đến chị Kim Chi)

Tiễn người về với cỏ cây
Giữa trưa gió lộng bóng mây hững hờ
Bên huyệt mộ, con đọc thơ
Mừng sinh nhật bố, con giờ mồ côi

Tám mươi năm lẻ, một đời
Người đi để lại bao lời tiếc thương
Thênh thang dạo bước trên đường
Giữa trưa gió lạnh tóc sương mẹ buồn

Từng hàng nước mắt mẹ tuôn
Lòng con mang cả nỗi buồn vào tim
Bố đi lấy mất nỗi niềm
Vui buồn sướng khổ lặng yên đáy lòng

Chữ thương chữ nhớ chất chồng
Chữ chờ chữ đợi long đong kiếp người
Từ đây mất cả tiếng cười
Nỗi niềm giấu kín theo người hôm nay!

031123 - Mount Calvary Cemetery

Thời Gian Lặng Lẽ Trôi Qua

Hoa xinh, lộc biếc, reo đùa
Thời gian thoăn thoắt cũng vừa trôi qua
Kể từ mười hai tháng Ba
Vặn lên một tiếng, hai ra ba giờ*

Thứ Hai không khỏi bất ngờ
Đừng để lỡ hẹn phải chờ trăm năm
Tuần rồi Chủ Nhật ngày rằm
Bình yên em thắp hương trầm dâng cha

Bao năm con đã xa nhà
Nên đâu biết được đã qua mấy mùa
Hôm nay Bắc Mỹ giao mùa
Hoa thơm đua nở gió lùa quanh đây

Nhớ ngày lặng lẽ chia tay
Con đi biền biệt qua đây theo chồng
Xa quê con đã khóc ròng
Hơn mười năm lẻ chất chồng nhớ quê!

031223 - *Bắc Mỹ ngày 12 tháng 3, năm 2023 sẽ đổi giờ bắt đầu từ 2 giờ sáng thành 3 giờ cho đến ngày 5 tháng 11*

Tình Tự Mùa Xuân
(Riêng tặng bác An Nguyen)

Thả hồn trước ngõ làm thơ
Lặng nghe hơi thở gương mờ mắt anh
Xuân sang hoa nở trên cành
Tìm tia nắng ấm trong xanh đất trời

Giọt sương ướt đọng bờ môi
Khép hờ con mắt gọi mời hôn nhau
Nơi bờ giậu, đôi chim câu
Xinh xinh chụm mỏ trao nhau rất tình

Tại sao ông nỡ đi rình
Ghi vào ống kính chuyện tình của tôi?
Xuân sang nắng đã về rồi
Vỗ tung đôi cánh kết đôi tơ hồng

Từ nay nên nghĩa vợ chồng
Chung đôi xây tổ đồng lòng nuôi con
Đôi ta tình nghĩa sắt son
Khát khao nồng cháy hân hoan rạng ngời!

031323 - Ảnh: Bác An Nguyễn.

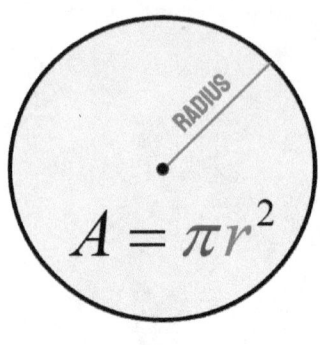

$\pi \approx 3.1416$

Vòng Tròn Tình Yêu

Bình phương bán kính nhân pi
Vòng tròn kết nối chuyện hai đứa mình
Đâu cần giải toán chứng minh
Hay là đảo vế phương trình tình yêu

Tháng ba, mười bốn một chiều
Em khai căn bậc trăm điều nhớ thương
Nắm tay ta bước chung đường
Hai ta là một yêu đương vừa thì

Vòng tròn theo gót ta đi
Đưa về chung lối khắc ghi vào đời
Hai ta tìm được một nơi
Là nguồn tâm điểm cả đời bên nhau

Cho dù kẻ trước người sau
Rồi thì cũng gặp thấy nhau trên đường
Cho dù ta ở ngàn phương
Rồi thì vẫn tụ trong phương trình này!

031423 - *Happy Pi Day*

Truyền Thuyết Hoa Anh Đào

Một thanh kiếm sắt đâm vào
Tấm thân mảnh dẻ máu đào tuôn ra
Nhuộm hồng chiếc áo làn da
Chàng trai hốt hoảng gào la hãi hùng

Nhìn sang ánh lửa bập bùng
Kiếm kia ngời sắc nổi bừng hào quang
Thu qua đông cũng vừa sang
Những bông hoa tuyết vây quanh lấy chàng

Ôm thanh kiếm đến mộ nàng
Thầm thì cầu khẩn xin nàng thứ tha
Rằng chàng cũng đã hiểu ra
Danh vọng, sự nghiệp chỉ là hư không

Cắm sâu mũi kiếm vào lòng
Một đường mạnh mẽ một dòng máu tuôn
Cả đêm trời cũng đau buồn
Từ nơi huyệt mộ khởi nguồn hoa đây!

031523

Một Ngày Thứ Năm

Thứ Năm ngày rất bình thường
Sáng ra thức dậy soi gương thấy mình
Sáng nay ngồi viết linh tinh
Sao hành con chữ tội tình chi đâu

Viết như là một nhu cầu
Để đầu không nghĩ chuyện sầu thế gian
Để tìm đến sự dịu dàng
Để lòng lắng đọng không màng lợi danh

Ở đời ai được trường sanh
Bon chen cho lắm để dành cho ai
Đời người biết ngắn biết dài
Thế nên sống trọn hết ngày hôm nay

Thứ Năm trôi nhẹ như mây
Thấy trong gương ảnh tháng ngày qua đi
Sống vui nên chẳng tiếc chi
Thấy ta còn thở chuyện gì phải lo!

031623

Một Ngày Thứ Sáu

Hôm nay thứ Sáu đẹp trời
Nên tôi về sớm rong chơi cùng nàng
Trăm hoa đua nở mùa sang
Lung linh khoe sắc nắng vàng quanh đây

Toả hương thơm ngát ngất ngây
Ong vờn bướm lượn vui say xuân thì
Cả tuần mệt mỏi trôi đi
Hôm nay vui vẻ chuyện gì cũng qua

Cuối tuần ta cứ tà tà
Đi xem ca nhạc ngân nga ở trường
Con trai trình diễn dễ thương
Thổi kèn, sáo, trống du dương tuyệt vời

Thứ Sáu vui nhé người ơi
Đừng lo suy nghĩ để thời gian trôi
Mai kia hối tiếc muộn rồi
Hoa tàn rụng cánh thì thôi buồn gì?

031723

Hoa Vàng Con Tặng Mẹ

Hoa vàng trên cỏ trổ bông
Nhìn con gái nhỏ nón hồng đùa vui
Trên môi con nở nụ cười
Hái chùm hoa nhỏ tặng người mẹ yêu

Mẹ ơi thương mẹ thật nhiều
Nghe con thỏ thẻ những điều dễ thương
Những bông hoa nhỏ ven đường
Mà sao mẹ thấy ngát hương đất trời

Trên gương mặt mẹ rạng ngời
Niềm vui hạnh phúc tuyệt vời mê say
Nhìn con khôn lớn từng ngày
Bao nhiêu mệt nhọc giờ đây đáp đền

Vòng tay bé nhỏ đưa lên
Ôm chầm lấy mẹ hôn bên má này
Rồi hôn lên suối tóc mây
Trong từng hơi thở ngất ngây mẹ cười!

031823 - Ảnh hai mẹ con trong công viên Maymont, Richmond, VA.

Mùa Xuân Cuốc Đất Trồng Rau

Ngoài vườn xới đất trồng rau
Nghe con cu đất gọi nhau tự tình
Tôi đang cuốc đất một mình
Tự nhiên em đến thình lình hỏi tôi

Khi nào công việc mới rồi
Người ta đang đói bụng sôi nãy giờ
Nấu xong rồi lại ngồi chờ
Đợi dài cả cổ quá giờ cơm trưa

Bây giờ tạm nghỉ được chưa?
Làm gì làm mãi say sưa quá chừng
Nhìn qua đám cải ngập ngừng
Chờ thêm vài phút anh dừng liền ngay

Vài nơi còn trống đây này
Dở tay cấy nốt mấy cây rồi vào
Em nhìn ánh mắt ngọt ngào
Nhanh đi cơm nguội, rau xào… đen thui!

031923

Thuyền Giấy Tuổi Thơ

Ngày xưa còn bé nhà nghèo
Mỗi khi rảnh rỗi đi theo bạn bè
Cuối làng có một bụi tre
Kề bên con lạch trưa hè rong chơi

Thả con thuyền giấy ra khơi
Nương theo dòng nước thảnh thơi cả ngày
Nhìn con thuyền nhỏ mê say
Tưởng mình trên đó ngất ngây cõi lòng

Những khi nước lớn nước ròng
Thuyền trôi qua những khóm rong khóm bèo
Mắt nhìn chăm chú dõi theo
Tưởng rằng làng xóm hò reo đón chào

Hôm nay ngồi nhớ năm nào
Tôi gấp thuyền giấy thả vào tuổi thơ
Nhưng thuyền vẫn ở trên bờ
Đợi cơn mưa đến để chờ ra khơi!

032023 - Những con thuyền giấy tuổi thơ năm nào...

Ngày Đầu Xuân, Mời Người Đến Ngắm Hoa

Từ hai nơi của bán cầu
Các tia nắng ấm chia nhau đồng đều
Con trùn rời khỏi đám rêu
Đất mềm sưởi ấm chim kêu nhau về

Bên rèm cửa các buồng khuê
Em ngồi dệt mộng nhìn về nơi xa
Mùa đông rồi cũng trôi qua
Hôm nay xuân đến muôn hoa mỉm cười

Nơi đây đất nhớ thương người
Thương con dốc nhỏ thương đồi trên cao
Thương từng ngọn cỏ hoa đào
Thương cơn gió chướng thổi vào hồn xuân

Giờ đây hoa nở trắng ngần
Vạn người để lại dấu chân nơi này
Vùng Hoa Thịnh Đốn mê say
Mời người ghé đến nơi này thưởng hoa!

032023 - Ngày đầu Xuân, Spring Equinox.

Cổ Tích Con Đốt Đèn

Mặt trời vừa xuống lưng đồi
Bên con sông rộng ta ngồi đợi trăng
Cầu treo xe chạy dùng dằng
Lắc lư theo nhịp thăng bằng chân qua

Trên gờ đá, ngắm chiều tà
Trăm con đom đóm là đà bay ngang
Em cười vui vẻ ngân vang
Chỉ tay em gọi nhìn sang hướng này
Vài con đom đóm lạc bầy
Chạy theo ánh sáng dang tay bắt về

Tôi ngồi kể chuyện em nghe
Có cô bé nọ đêm hè rời nương
Đi tìm thầy thuốc ở phường
Trong đêm tăm tối lạc phương hướng rồi

Đến khi tìm được đến nơi
Cha không qua khỏi trút hơi thở rồi
Cô buồn nên đã lìa đời
Biến thành đom đóm đốt đèn trong đêm!

032123 - Tựa của một truyện ngắn trong tập truyện đầu tay.

Tình Thương Con Nhỏ

Hết mèo lại chó giờ gà
Tình thương của Nhỏ thiệt là bao la
Ngoài đường con vật không nhà
Nhỏ đem về hết để mà nuôi thay
Chó con cắn thảm nát nhầy
Mèo kia dưới bếp lông bay khắp phòng
Mặc dầu tôi bảo rằng không
Vậy mà mấy bữa ở trong bồn này
Một đàn gà bé loay hoay
Miệng kêu chíp chíp trước ngay mắt mình
Tôi la hét, Nhỏ làm thinh
Đùng đùng bắt hết tự mình đem đi
Nhưng rồi nhớ lại những khi
Chó con mừng chủ mỗi khi về nhà
Con mèo quấn lấy chân ta
Gà con chíp chíp thiệt là vui tai...
Những hôm tôi ngồi học bài
Ra vào chỉ thấy mặt mày buồn so
Thế là tôi lại đâm lo
Đem về con vịt để cho Nhỏ nè!

032223 - *Tựa của một truyện ngắn trong tập truyện đầu tay.*

Thơ Song Hoa

Hôm nay *"Hoa Nở Đường Về"*
Mùa xuân tươi thắm đê mê cõi lòng
Trăm bài thơ, giấy thơm nồng
Từ đôi hoa tím nhụy hồng ngất ngây

Cám ơn Người đã trao tay
Những vần thơ mượt đắm say tuổi vàng
Hôm nay nắng đẹp rộn ràng
Duyên thơ trao tặng đã sang nơi này

Phải chi giờ giấc ngừng quay
Để tôi ôm đọc thơ hay của Người
Hoa Văn - Thảo Chi - vẹn mười
Song Hoa thi phú xinh tươi diễn đàn

Thơ Người viết tặng thế gian
Chao ôi rung cảm chứa chan tuyệt vời
Hai tâm hồn ở hai nơi
Nhưng chung một nhịp qua lời thơ bay

032323 - Thi tập "Hoa Nở Đường Về" của hai nhà thơ Song Hoa

Lá Tháng Ba

Lá non mơn mởn tháng Ba
Nắng hôn rất nhẹ thiết tha gọi mời
Lá non chớp mắt mộng rời
Đôi bờ môi thắm bên đời yêu thương

Lá non rạng rỡ ven đường
Mỉm cười e ấp khoe hương sắc mình
Gió ôm cành lá lung linh
Thẫn thờ tôi ngắm mặc tình người qua

Tôi như thế, tự sa đà
Để bao con mắt đi qua ngỡ ngàng
Trải qua giấc mộng mơ màng
Lá nay tỉnh dậy rộn ràng đón xuân

Lá non óng ánh thật gần
Khoe mình tạo dáng hân hoan đợi chờ
Lá cười tươi đẹp như mơ
Tôi say sưa ngắm đề thơ tặng này...

032423 - Một ngày thứ Sáu đẹp trời say sưa với mùa Xuân với bao con mắt tò mò hỏi tôi đang làm gì đó.

Đành Chịu

Em ơi anh CHỊU tội này
Vì anh đã lỡ đắm say em rồi
Anh yêu cũng đành CHỊU thôi
Bởi vì em đã kết đôi vợ chồng

Rằng em không thể hai lòng
Yêu thêm người nữa làm chồng không vui
Thôi anh ráng CHỊU ngậm ngùi
CHỊU nghe em nói tìm người khác đi

Hãy quên đi hết những gì
Mong anh hãy CHỊU nghĩ suy cho mình
Anh đừng năn nỉ van xin
Em không bán CHỊU chút tình cho anh

Em mong anh được duyên lành
Tương lai hạnh phúc ngày xanh đón chào
CHỊU nghe em nói đi nào
Nhìn về phía trước trông vào tương lai!

032523 - Nhớ về mùa hoa Bluebonnet năm nào tại Houston, TX.

Hoa Đào Trong Gió

Ngày xuân ngọn gió thì thào
Trăm ngàn cánh trắng hoa đào tinh khôi
Tung bay theo gió về trời
Với muôn vẻ đẹp trùng khơi ngút ngàn

Trên cây cánh mỏng chưa tàn
Sao gió đành đoạn làm tan tác cành
Hoa Đào cánh mỏng mong manh
Giờ bay theo gió để thành tuyết rơi

Hôm qua em hẹn đến chơi
Mà giờ gió thổi hoa rơi hết rồi
Cũng đành chịu vậy mà thôi
Vòng đời luôn chảy luôn trôi từng giờ

Xem kìa vẻ đẹp bất ngờ
Trăm ngàn cánh trắng mịt mờ tung bay
Phải chi em ở nơi này
Để em thấy được gió lay cành đào!

032623 - Hoa Đào Trong Gió tại Hoa Thịnh Đốn

Gặp Em Một Buổi Trời Mưa

Dưới hiên từng giọt mưa rơi
Nhìn em khép nép giữa nơi phố phường
Bóng hình phản chiếu trong gương
Tóc em thấm nước thấy thương quá chừng

Lòng tôi sao thấy ngập ngừng
Muốn làm quen lắm ngại ngùng chưa sang
Phố trong ảo ảnh mơ màng
Tim tôi loạn nhịp rộn ràng lao xao

Mon men tôi bước đến chào
Em cười như để xã giao bình thường
Nhưng lòng tôi đã vấn vương
Nghe tim rung động du dương tuyệt vời

Mưa ơi mưa hãy cứ rơi
Để tôi có thể ở nơi đây hoài
Ngắm nhìn mái tóc chấm vai
Tâm tư tôi đã ghi hình hài em!

032723 - *Hoa Sen Trong Mưa*

Cắt Tóc Đi Chơi

Hôm qua thứ Hai đầu tuần
Tôi đi cắt tóc cuối tuần rong chơi
Sợi dài, sợi ngắn, vừa rơi
Thêm nhiều sợi bạc tuổi đời trôi qua

Tôi xin cắt bỏ xa hoa
Sợi nào phù phiếm làm ta mỏi mòn
Sợi buồn, sợi giận, héo hon
Thêm luôn sợi rỗng cỏn con u sầu

Tôi xin cắt bỏ cho mau
Sợi nào bực dọc làu bàu bên tai
Cho đời tươi đẹp nhân hai
Để sợi thương mến thêm dài ngày sau

Tôi xin cắt bỏ trước, sau
Sợi xoà bên mắt nhuốm màu thời gian
Sợi nằm sau gáy dọc, ngang
Xin cắt bỏ hết đỡ mang nặng đầu…

032823

Hoa Tử Đằng

Tử Đằng phủ kín thân cây
Nhuộm màu tím trắng vờn mây bạt ngàn
Từng chùm hoa nở thẳng hàng
Loài hoa quyến rũ dịu dàng khó phai

Là hoa may mắn tương lai
Nụ hoa vừa nở mãn khai xuân thì
Chào mừng nồng ấm những khi
Tân gia, lễ lộc, công ty, thường dùng

Là hoa gắn kết thủy chung
Đong đầy nhiệt huyết tận cùng sắt son
Tình yêu vĩnh cửu chẳng mòn
"Trăm năm tính cuộc vuông tròn"* bền lâu

Là hoa đến tận mai sau
Có đôi có cặp bên nhau vẹn tình
Tử Đằng trước gió lung linh
Vươn lên để đón bình minh sáng này!

032923 - ** Truyện Kiều Nguyễn Du*

Không Có Thơ Tôi Biết Níu Gì?*

Thơ ca bày tỏ nỗi niềm
Như là phương tiện cho tim giải bày
Bao nhiêu xúc cảm tràn đầy
Giúp người nghệ sĩ vui say với đời

Thơ ca như thể một nơi
Cảm thông, chia sẻ, những lời yêu thương
Tâm hồn phong phú thơm hương
Vắng thơ cuộc sống chán chường làm sao

Thơ ca bất cứ nơi nào
Giàu sang, nghèo khổ, ngọt ngào... có thơ
Thiếu thơ như một nấm mồ
Tâm hồn trống vắng kiệt khô xác mòn

Thơ ca như mẹ với con
Nồng nàn, chu đáo, vẹn tròn, trước/sau
Thơ ca lưu mãi ngàn sau
Trở thành bất tử bên nhau cùng người!

033023 - Nhà thơ người Nga Rasul Gamzatov có câu: "Thơ ca, nếu không có người tôi đã mồ côi".

Cắm Trại Đầu Xuân

Hôm nay trốn việc ở nhà
Kéo xe cắm trại để mà vui chơi
Bên hồ *An Nghỉ** tuyệt vời
Trong công viên đẹp rạng ngời đầu xuân

Hôm nay thứ Sáu cuối tuần
Cả nhà vui vẻ quây quần bên nhau
Công viên hoa lá muôn màu
Tâm hồn phơi phới ưu sầu cũng tan

Nồng say hạnh phúc chứa chan
Giữa trưa thư thả mơ màng làm thơ
Bên hồ tĩnh lặng như tờ
Cùng em sánh bước đến bờ trăm năm

Này anh mắc võng em nằm
Để cho cuộc sống thăng trầm trôi đi
Giờ đây em chẳng ước gì
Bởi mùa xuân đã thầm thì bên em…

033123 - Holiday Lake State Park

Chân dung Y Thy Võ Phú qua nét vẽ, *water colors on paper*, của **họa sĩ Nguyễn Thúy Hương (4)**

THÁNG

Tháng Tư chúm chím rất xinh
Sương mai kết hạt duyên tình đêm qua
Gối trên giấc mộng ngọc ngà
Nghe tim loạn nhịp vỡ òa thương yêu!
(Nắng Tháng Tư – Trang 116)

Mùa Xuân Cắm Trại Ở Holiday Lake

Giờ thì qua hết tháng ba
Nắng lên sưởi ấm lá hoa đầy cành
Nơi đây không khí trong lành
Có hồ nước ngọt xanh xanh một màu

Ta đi bỏ hết nỗi sầu
Công viên giữa chốn rừng sâu vắng người
Quanh đây chỉ có tiếng cười
Bạn bè cắm trại chừng mười người hơn

Không còn những phút giận hờn
Trí tâm thanh thản quên cơn so bì
Nơi đây thật rất diệu kỳ
Xua tan phiền muộn qua đi mất rồi

Thả theo dòng nước cuốn trôi
Con thuyền hạnh phúc ta ngồi bên nhau
Mỉm cười anh nói một câu
Yêu em yêu mãi ngàn sau chưa sờn.

040123 - Appomattox Court House National Historical Park

Bên Vườn Hoa Cải

Đi ngang vườn cải trổ bông
Tìm nơi bóng mát giữa đồng bao la
Cảnh đẹp rực rỡ kia mà
Dừng xe để xuống cả nhà vui chơi

Hoa vàng trong nắng rạng ngời
Bướm ong bay lượn khắp nơi chan hòa
Tay em nâng lấy cành hoa
Mỉm cười duyên dáng mặn mà rất xinh

Em làm dáng, tôi ghi hình
Giữa vườn triệu đóa riêng tình lên ngôi
Con tim rung động bồi hồi
Đóa hoa trước mặt hỏi tôi yêu nàng?

Trong vườn triệu đóa hoa vàng
Mỉm cười khúc khích nhìn sang kia này
Má em ửng đỏ hây hây
Tôi không rời mắt đắm say bên nàng!

040223 - Một vườn hoa cải trên đường đến đất trại Holiday Lake.

Hoa Tím Đường Về

Đường về hoa tím tuôn rơi
Muôn vàn cánh nhỏ lả lơi nắng chiều
Thướt tha, mềm mại, yêu kiều
Cho hồn say ngất liêu xiêu thế này

Bâng khuâng nhè nhẹ gió lay
Bông hoa tim tím trên cây mơ màng
Cánh hoa khe khẽ rộn ràng
Này kìa ong bướm nồng nàn tìm vui

Con ong say mật ngủ vùi
Ngẩn ngơ duyên mới ngậm ngùi bướm qua
Cánh hoa rơi rụng xót xa
Niềm riêng nay đã nhạt nhòa còn đâu

Cánh hoa rụng xuống chân cầu
Theo dòng nước cuốn xa nhau nghẹn ngào
Đường về bỗng thấy chênh chao
Còn đâu hoa tím ngọt ngào hương thơm?

040323 - Dọc theo hai bên đường từ công viên Holiday Lake là những hàng hoa Hồng Lộc-Redbud tím đỏ xinh đẹp đến mê mẩn...

Mừng Sinh Nhật Con Gái

Hôm nay sinh nhật mười hai
Mong con khỏe mạnh tương lai rạng ngời
Tháng Tư ngày bốn chào đời
Mùa xuân tươi đẹp thảnh thơi an hòa

Con là nụ, con là hoa
Con là tất cả của cha mẹ này
Mong con khôn lớn từng ngày
Sống luôn tình nghĩa tràn đầy trước sau

Tuổi mười hai đủ sắc màu
Như hoa biết nói những câu đẹp lòng
Mẹ cha luôn mãi cầu mong
Trên môi luôn nở những bông hoa cười

Mai này khôn lớn nên người
Công dung ngôn hạnh mười mươi vẹn toàn
Tên con: Võ Lê Vi An
Mãi là góc nhỏ bình an tìm về!

040423 - Chúc mừng sinh nhật 12 của con gái.

Cây Cầu Thiên Nhiên

Nơi này nước suối trong veo
Cá kia bơi lội cánh bèo chơi vơi
Vòng cung cao vút ngang trời
Âm thanh vang vọng giữa nơi núi rừng

Nhìn xem khí thế oai hùng
Thấy tôi bé nhỏ giữa thung lũng này
Thiên nhiên tạo hóa thật hay
Trên cầu lơ lửng đám mây là đà

        Con đường mười một đi qua
        Mùa xuân thơm ngát lá hoa dọc đường
        Khi về để lại vấn vương
        Cây cầu Trời tạo dễ thương đất tình*

Giữa nơi rừng núi yên bình
Dưới chân con suối xinh xinh hiền hòa
Cám ơn tạo hóa ban cho
Một kỳ quan đẹp hài hòa nơi đây!

040523 - Nhớ cây cầu Natural ở quận Rockbridge trên đường từ trường đại học Virginia Tech về lại Richmond.

Thăm Trường Virginia Tech

Nghỉ xuân trở lại thăm trường
Biết nhau ở cõi văn chương thuở nào
Này khung trời mộng đón chào
Bên hồ vịt nhỏ lao xao tiếng mừng

Hai mươi năm chút ngượng ngùng
Dấu chân còn đọng đã từng đi qua
Gần trước mặt nhưng đã xa
Văn thơ kết nối đậm đà ngát hương

Nay hội ngộ tưởng bình thường
Nhưng sao lòng cứ vấn vương bồi hồi
Đây này chiếc ghế ta ngồi
Rong rêu còn đọng pha phôi bụi trần

Thời gian phai nhạt bao phần
Lạc đường thiên lý bước chân tình cờ
Nay trở lại, tưởng rằng mơ
Hình như trời cũng nên thơ rộn ràng...

040623

Đi Tìm Chữ Yêu

Nghỉ xuân rủ nhau đi tìm
Những nơi có chữ tình yêu đất này*
Bên dòng sông, dưới bóng cây
Trăm hoa đua nở gió mây yên lành

Trên cành chiếc lá non xanh
Ngồi nghe gió thổi chim vành khuyên ca
Dọc đường đi, mãi la cà
Nơi nào cảnh đẹp là ta ghé vào

Mùa xuân tươi đẹp làm sao
Uất Kim Hương nở ngọt ngào ven sông
Ngút ngàn hoa trải mênh mông
Cuộc đời tươi đẹp thắm nồng sắc hoa

Đỏ, vàng, hồng, trắng, mượt mà
Thênh thang hoa cỏ xa xa chân trời
Mỗi ngày luôn mới người ơi
Ngày vui ta cũng rạng ngời yêu thương!

040723 - Chữ LOVE có cả ngàn trải khắp tiểu bang Virginia. Chữ "LOVE" này chụp ở một công viên nhỏ tại thành phố Salem, hướng Tây Nam Washington D.C.

Bên Hồ Anna

Tôi từ thủ phủ thành đô
Đến miền Tây Bắc có hồ nước xanh
Nơi đây không khí trong lành
Con đường thơ mộng uốn quanh bìa rừng

Dưới cây ta tựa vào lưng
Nghe con chim hót vang lừng trên cao
Hẹn nhau từ thuở kiếp nào
Giờ đây mới đến hỏi sao rộn ràng

Thời gian dừng lại thời gian
Để tôi ngắm mãi dáng nàng rất thơ
Lung linh hoa cỏ sương mờ
Tôi con mắt ngắm thẫn thờ rất riêng

Bên em tôi thấy bình yên
Như hồ nước lặng cửa thiền đầu xuân
Nơi đây cảnh đẹp vô ngần
Hồn tôi phơi phới bên tầng gió mây!

040823 - Hình chụp bên Lake Anna năm 2020

Bún Bò Chờ Anh

Hôm nay Chủ Nhật ở nhà
Hơn mười giờ sáng chưa ra khỏi phòng
Ngoài hiên tôi thấy mênh mông
Hắt hiu sợi nắng trên không mơ màng

Hôm qua dạo bước thênh thang
Tìm tình yêu đã trổ vàng dấu xưa
Dọc đường xe cộ ban trưa
Chậm rì nhúc nhích đong đưa mấy giờ

Đến nhà mắt nhắm lờ đờ
Ngủ liền một giấc sơ sơ nửa ngày
Sáng nay thức dậy mới hay
Bụng kêu than đói thế này em ơi

Trên bàn tô bún sẵn rồi
Thơm lừng sả ớt tuyệt vời chờ anh
Vắt vào thêm một lát chanh
Ôi đời tươi đẹp reo quanh bên mình!

040923

Nắng Tháng Tư

Tháng Tư giọt nắng lung linh
Đôi chim se sẻ tỏ tình trên cây
Bông hoa Hạnh Phúc nở đầy
Đón chào nắng sớm khẽ lay bên tường

Tháng Tư sợi nắng tơ vương
Con ong hút mật say hương ngọt ngào
Miên man ngọn gió dạt dào
Thẫn thơ mến gửi thương trao đến người

Tháng Tư nắng nở nụ cười
Những tia ấm áp xinh tươi rạng ngời
Mình trần dưới nắng hoa phơi
Cánh hồng he hé lả lơi liếc nhìn

Tháng Tư chúm chím rất xinh
Sương mai kết hạt duyên tình đêm qua
Gối trên giấc mộng ngọc ngà
Nghe tim loạn nhịp vỡ òa thương yêu!

041023

Tháng Tư Bên Em

Tháng Tư hoa lá đầy cây
Cho ong cho bướm cất xây mộng đời
Nắng vàng sưởi ấm đất trời
Cho hoa thêm sắc rạng ngời ước mơ

Tháng Tư ngọn gió phai mờ
Tóc ngang vai chấm phất phơ điển hình
Mỉm cười môi mộng rất xinh
Tôi say lướt khướt men tình lao đao

Tháng Tư hương tỏa ngọt ngào
Cành hoa Hạnh Phúc vẫy chào phía sau
Sắc hồng chen lá pha màu
Áo em rực đỏ cho nhau tuổi hồng

Tháng Tư xao động trong lòng
Nhìn sao ray rứt theo dòng thời gian
Lạ chưa tim đập rộn ràng
Chấp thêm đôi cánh nồng nàn bên em!

041123

Nhớ Má
(Viết tặng em gái Thu Trang nhân dịp em về thăm nhà)

Má ơi con đã về nhà
Gió từ đồng ruộng cũng ra đón chào
Thơm mùi hương lúa ngọt ngào
Tuổi thơ ấm áp ôi chao lạ thường

Cho dù đi khắp bốn phương
Tuổi thơ ký ức vẫn thương nhớ về
Hàng dừa, ruộng lúa, bờ đê
Bên ngôi nhà nhỏ chở che mái đầu

Ông bà, ba má, có nhau
Yêu thương như thể cau trầu sánh đôi
Tuổi thơ con vẫn nhớ hoài
Nuôi con khôn lớn tâm hồn đẹp tươi

Má ơi con đã nên người
Nhưng con không thể vui cười má ơi
Má không còn ở trên đời
Má là tất cả cuộc đời của con…

041223 - *Ảnh: Thu Trang và người cô quá cố*

Con Chim Sau Vườn

Con chim nó đến thăm vườn
Đậu trên lá chuối dễ thương lắm mình
Anh vội lấy máy chụp hình
Để cho em thấy thanh bình quanh ta

Con chim nó đến thăm nhà
Hoa chưa có hạt để mà đãi chim
Vào nhà anh vội đi tìm
Nơi để hạt giống tặng chim ít nhiều

Con chim trông thật đáng yêu
Lông vàng óng mượt vương triều oai phong
Líu lo tiếng hót thanh, trong
Nghe vui tai lắm nên lòng mê say

Con chim nó hót vài giây
Âm vang vọng lại ngất ngây đất trời
Bao nhiêu phiền muộn cuộc đời
Khi nghe chim hót thành người thảnh thơi.

041323

Hoa với Cỏ

Sáng ra nhổ cỏ tưới cây
Nghe tiếng chim hót tràn đầy sắc xuân
Ung dung tự tại tần mần
Không gì lo lắng chẳng cần nghĩ suy

Sáng ra nghe tiếng thầm thì
Cỏ kia hờn dỗi so bì cùng hoa
Cùng chung thực vật kia mà
Sao người nhổ cỏ còn hoa thì chừa?

Mỉm cười cất tiếng hoa thưa
Chắc do hương sắc người ưa tôi này
Tôi luôn cố gắng mỗi ngày
Thơm hương, rực sắc, để say lòng người

Nghe xong cỏ cúi đầu buồn
Cỏ đi hoa ở tốt tươi rạng ngời
Mai này hoa đẹp tuyệt vời
Trao cho nhân loại nụ cười, niềm vui!

041423

Nhà Máy Bơm Ở Công Viên Byrd

Cuối tuần hẹn khách chụp hình
Nơi ngôi nhà máy cung đình bỏ hoang
Mái vòm Gothic điêu tàn
Rong rêu phủ kín ngập tràn lối đi

Bên ngoài bề thế uy nghi
Bên trong mục ruỗng một khi chạm vào
Những khung cửa sổ trên cao
Một cơn gió nhẹ gầm gào lạnh lưng

Bước vô có chút ngại ngùng
Lòng hơi lo sợ dọ từng bước chân
Nên đi hay ở phân vân
Nhưng sao vẫn muốn đến gần dọc ngang

Nơi đây bao tuổi đá vàng
Hơn trăm năm nhỉ thời gian bào mòn
Nắng mưa đã bạc đã sờn
Trải qua một kiếp vàng son thuở nào?

041523 - Byrd Park Pump House

Tiếng Đàn Xưa

Nắng mai hiu hắt bên đường
Tiếng đàn vang vọng bên tường cửa xưa
Chiếc cầu theo nhịp đong đưa
Mùi hương hoa dại gió lùa bay ngang

Nơi đây năm tháng điêu tàn
Tơ vương giăng lối tơ mành đọng sương
Ngũ cung dĩ vãng giọt buồn
Nghe như thăm thẳm hồn vương u sầu

Du dương điệp khúc nhớ nhau
Ngân nga, xao xuyến, những câu nhói lòng
Bâng khuâng xúc cảm xoay vòng
Tiếng đàn réo rắt hư không nghẹn ngào

Bóng in dưới nước đảo chao
Bao nhiêu rung động là bao nhiêu tình
Khi trầm khi bổng rập rình
Cho tim loạn nhịp cho mình suy tư!

041623 - Pump House Park, Richmond, Virginia!

Thứ Hai Thơ Nhảm

Sáng nay lười biếng đi làm
Đâu có ai rảnh nói xàm cho vui
Xứ này ai cũng lui cui
Làm việc chăm chỉ để nuôi gia đình

Đâu phải ai cũng như mình
Tà tà chậm chạp bình bình yên yên
Cuộc sống đủ thứ kim tiền
Ngày đêm lo nghĩ mà điên cái đầu

Sáng nay tưới nước vườn rau
Từ từ nhổ cỏ, bắt sâu, tỉa cành
Không cần vội, để làm nhanh
Nhẹ nhàng hít thở trong lành sớm mai

Sáng nay buổi sáng thứ Hai
Đi làm rất muộn khoảng hai giờ chiều
Bốn giờ, nàng gọi, nhắn yêu
Anh ơi về sớm, bún riêu em chờ!

041723

Hoa Ông Lão Vườn Nhà

Sáng ra đi dạo quanh vườn
Ngắm hoa Ông Lão đơm hương vừa thì
Nghe tên có vẻ lạ kỳ
Lại là hoa đẹp mê ly lòng người

Đến từ Trung Quốc xa vời
Là loài thân thảo lá rời đối nhau
Khi tàn nhị sẽ bạc màu
Thành ra từng chụm giống râu ông già

Thế nên hoa mới gọi là
Hoa Ông Lão đó để mà điểm danh
Nhìn hoa quấn quýt chung quanh
Điểm tô màu sắc trên cành cỏn con

Tám cánh ý nghĩa trường tồn
Thường làm quà tặng sắt son vợ chồng
Đau răng, tiểu rắt nhói lòng
Đông Y bài thuốc là Ông Lão này!

041823

Đi Chợ Đầu Xuân

Mỗi năm vào dịp đầu xuân
Chợ thường giảm giá đất, phân, cây trồng
Sáng nay dậy sớm bõ công
Khuân về một mớ, làm nông nửa vời

Mua xong rồi lại than trời
Chất lên, khiêng xuống, rã rời chân tay
Niềm vui gửi tới cỏ cây
Thấy hoa tươi tốt ngất ngây lòng mình

Mượt mà hoa lá xinh xinh
Dịu dàng khoe sắc ân tình gửi trao
Bao nhiêu hoa quả ngọt ngào
Căng tròn, mum múp, ôi chao mát lòng

Sáng nay ở chợ khá đông
Người ta chọn lựa bụi hồng, khóm lan
Kẻ mua, người bán, rộn ràng
Lao xao cười nói hỏi han nô đùa!

041923

Vợ Chồng Còn Một Chiếc Xe

Vợ chồng còn một chiếc xe
Sáng đưa, chiều rước, đi về có nhau
Hôm rồi gặp chuyện gì đâu
Động cơ ống xả* về chầu Diêm Vương

Cái tội đậu xe dọc đường
Thanh thiên bạch nhật bốn phương rộn ràng
Vậy mà kẻ trộm nghênh ngang
Cắt lìa ống xả ngang tàng lấy đi

Chẳng coi luật pháp ra gì
Tỏ ra bất chấp thị phi ở đời
Đề xe mới biết. Hỡi ơi!
Ống xả đã mất thôi rồi còn đâu

Lấy phôn ra gọi khẩn cầu
Chờ hơn cả tiếng mà rầu ruột gan
Một cô cảnh sát đềnh dàng
Viết cho vài số tuềnh toàng như xong!

042123

*catalytic converter - một thiết bị được tích hợp trong hệ thống ống xả của xe hơi có chứa chất xúc tác để chuyển đổi khí gây ô nhiễm thành khí ít gây hại hơn. Kể từ sau đại dịch Covid, những kẻ trộm sẽ dùng cưa điện cắt đi để bán.

Ngôi Sao Của Ba

Với tay con hái hoa trời
Đôi tay bé nhỏ chơi vơi ngút ngàn
Mân mê lật nhẹ từng trang
Bao nhiêu kỷ niệm mơ màng dấu yêu

Vào xuân nét đẹp mỹ miều
Trăm hoa đua nở rất nhiều quanh ta
Bên công viên nhỏ cạnh nhà
Vui đùa con hát ê a môi hồng

Gió đưa hoa cỏ thơm nồng
Lá xanh mơn mởn cho lòng hân hoan
Cánh hoa theo gió miên man
Trên bàn tay nhỏ hiền ngoan đợi chờ

Giờ đây tuổi mộng tuổi mơ
Viết câu lục bát bài thơ ngọt ngào
Tương lai tươi đẹp vươn cao
Luôn luôn rực sáng như sao trên trời!

042123

Cuối Tuần Gặp Nhau

Nhâm nhi bia lạnh sau vườn
Bỗng cơn mưa đến ngang xương giữa chừng
Nhìn qua bếp lửa đỏ bừng
Một phút do dự ngập ngừng than ôi

Cơn mưa ướt chiếc ghế ngồi
Ngoài sân không được thì thôi vào nhà
Bên trong có sẵn khô gà
Mồi ngon mời bạn đậm đà nâng ly

Lâu rồi mới gặp cố tri
Cuộc đời được mấy những khi vui vầy
Món ngon nàng nấu hôm nay
Cháo lòng nóng hổi mắm cay thơm nồng

Cơn mưa có nhạt môi hồng
Thì này đậu hũ ấm lòng tri âm
Thời gian dẫu có thăng trầm
Như cơn mưa chợt lăn tăn cuối tuần!

042223

Thú Vui Làm Vườn

Tôi làm thợ đụng hôm nay
Đục, cưa, đẽo, gọt, trồng cây ngoài vườn
Dựng lên trụ cột tạo sườn
Đóng khung, lưới sắt, đánh mương, trồng bầu

Buổi trưa mắc võng ví dầu
Nhà nghèo tình nghĩa trước sau ngọt bùi
Cuối tuần tìm chút niềm vui
Tâm hồn thanh thản u buồn cũng tan

Tôi ru giấc mộng thư nhàn
Một mình một cõi giang san sau hè
Dựng lên mái ấm chở che
Rộn niềm trông đợi đi về bên nhau

Rồi qua cấy cải trồng rau
Bón phân tưới nước cũng đâu bộn bề
Đỡ buồn, khi mãi xa quê
Làm vườn là thú đam mê chốn này!

042323

Hoa Diên Vỹ Vàng

Khóm hoa Diên Vỹ trước nhà
Sáng nay mới trổ thiệt là đẹp xinh
Màu vàng trong nắng lung linh
Loài hoa cao quý đoan trinh tốt lành

Lá dài lưỡi kiếm lục xanh
Giữa xuân mát mẻ vươn cành trổ hoa
Thanh tao, nhã nhặn, đậm đà
Nhiều người ưa thích âu là tự nhiên

Đóa hoa Diên Vỹ diệu huyền
Là nhịp cầu nối cõi tiên linh hồn
Từ nền văn hóa trường tồn
Nữ thần Iris châm ngôn để đời

Nhìn đóa Diên Vỹ rạng ngời
Phù Tang xứ sở mặt trời yêu thương
Hoàng gia nước Pháp tượng trưng
Tây Nam nước Mỹ bốn phương chuộng này!

042423

Thương Bờ Rau Muống Sau Hè

Tự nhiên thời tiết đổi thay
Gió về thổi mạnh lá lay lắt buồn
Mang theo hơi lạnh mưa nguồn
Mưa dầm dề mãi nhẹ tuôn thành dòng

Cứ tưởng đã hết mùa Đông
Nghe xuân ca hát mây trong da trời
Tự nhiên cơn mưa chợt rơi
Làm bờ rau muống tả tơi nhiều mảnh

Thương cho cái luống rau xanh
Cất công chăm sóc giờ tanh banh rồi
Đứng nhìn tiếc nuối mãi thôi
Đang tươi đang đẹp bỗng hồi nát tan

Tự nhiên thời tiết đổi ngang
Buồn ơi lạnh lẽo, ruột gan não nề
Chiều nay vợ đi làm về
Thấy bờ rau muống tái tê cõi lòng!

042523

Tháng Tư Hoài Niệm

Giật mình sắp hết tháng Tư
Hoa tim trong nắng hình như vẫy chào
Sắc hoa ửng đỏ máu đào
Tháng Tư hoài niệm đi vào thương đau

Thời gian lặng lẽ qua mau
Quê hương nhỏ lệ nỗi sầu miên man
Nỗi đau âm ỉ râm ran
Tháng Tư ký ức ngập tràn bi thương

Chia tay anh phải lên đường
Xa em xa cả quê hương chúng mình
Trong tim in đậm bóng hình
Quê hương, cha mẹ, cả tình chúng ta

Anh đi anh nhớ quê nhà
Bốn mươi năm lẻ tưởng là đã quên
Nhưng không... Nỗi nhớ kề bên
Tháng Tư nấc nghẹn cho nên nhớ hoài!

042623

Sáng Nay Ở Nha Lộ Vận*

Sáng nay lại phải đợi chờ
Ở nha lộ vận tới giờ gọi lên
Trả tiền rồi lại ký tên
Sang tay bảng số cho nên phải chờ

Cô nhân viên trao giấy tờ
Đưa luôn bảng số xanh lơ ấy mà
Xem như nhận được món quà
Chiếc xe mới chạy tà tà rong chơi

Lên rừng, xuống biển, muôn nơi
Đông, Tây, Nam, Bắc, chào mời nôn nao
Ta đi góp nhặt ngọt ngào
Làm hành trang để cho con sau này

Con nay khôn lớn mỗi ngày
Không mấy năm nữa sẽ bay xa dần
Cho nên cha mẹ phải cần
Cho con ký ức khi gần bên con!

042723 - DMV = Department of Motor Vehicles

Mưa Tháng Tư

Xạc xào những tiếng mưa qua
Cơn mưa trút xuống hiên nhà sáng nay
Cánh hoa run rẩy trên tay
Nhỏ từng giọt lệ lắt lay nhói lòng

Tháng Tư chợt thấy mênh mông
Biết bao tâm sự chất chồng lên nhau
Cơn mưa rắc hạt gợn sầu
Đời như chôn lấp bể sâu xứ này

Tháng Tư ngày ấy đổi thay
Gượng cười, hồn nát, ai hay riêng mình
Tháng Tư nào có tội tình
Sao ai đành nỡ làm mình xa quê

Tháng Tư mưa phủ lê thê
Nghe tim thổn thức nhớ về cố hương
Giọt mưa rơi xuống bên đường
Thấm vào nỗi nhớ đau thương suốt đời!

042823 - *Cơn mưa bắt đầu từ 2 giờ sáng đến giờ (1:10PM) vẫn chưa dứt!*

Tấm Tranh Chị Tặng
(Viết tặng họa sĩ Nguyễn Thuý Hương)

Hôm nay chị tặng tấm tranh
Em xin ghi nhận chân thành cám ơn
Xem xong lòng thấy sướng rơn
Bức tranh sinh động đẹp hơn bên ngoài

Khen thay họa sĩ đa tài
Sắc màu, đường nét, hài hòa rất thơ
Đem niềm vui lẫn ước mơ
Tâm hồn phơi phới sáng giờ quanh đây

Em yêu, thích lắm, tranh này
Cám ơn lần nữa cả ngày chưa thôi
Tấm tranh còn mới tinh khôi
Từ nơi xa ấy chị tôi gửi về

Ngắm tranh cuốn hút say mê
Tinh thần vui vẻ cười toe toét mồm!

042823
Tranh màu nước: họa sĩ Nguyễn Thuý Hương

Thăm Lại Trường Xưa

Dắt nhau thăm lại trường xưa
Với bao kỷ niệm ngỡ vừa hôm qua
Hai con đưa mắt hỏi ba
Nơi này ba ở không xa cách trường?

Đi ngang con phố yêu thương
Hoa hồng nở rộ ngát hương nắng chiều
Cánh hoa tươi đẹp mỹ miều
Giữa xuân rực rỡ rất nhiều bướm ong

Nhìn lên ba chỉ căn phòng
Vào hè oi ả vào đông lạnh người
Đi bên nàng chợt mỉm cười
Thình lình nàng hỏi còn người cũ đâu?

Vung tay với mặt thảm sầu
Làm gì mà có biết nhau nơi này
Năm xưa tay trắng trắng tay
Nên không hó hé để bày đặt yêu!

042923 - Cùng vợ và hai con đến thăm lại trường cũ

Nỗi Lòng Tháng Tư

Tháng Tư ngất ngưởng nỗi buồn
Nhiều đêm ray rứt lệ tuôn nhói lòng
Bao nhiêu năm tưởng xuôi dòng
Chơi vơi một kiếp long đong phận người

Tháng Tư đã tắt nụ cười
Quê hương đổi chủ chôn vùi năm nao
Con đi khóc nấc nghẹn ngào
Mẹ lau nước mắt để chào biệt con

Tháng Tư đợi đến mỏi mòn
Giờ đây lưu lạc nước non còn gì
Nghẹn lòng mẹ tiễn con đi
Đêm khuya tiếng sóng chia ly mẫu từ

Tháng Tư nhuộm máu đỏ lừ
Con thuyền phiêu bạc lắc lư dập dềnh
Trải qua sóng biếc lênh đênh
Gian nan vất vả thác ghềnh rát đau!

043023

Đừng Đòi Hỏi Con…

Bạn đừng đòi hỏi con rằng
Muốn con phấn đấu vẻ vang phi thường
Đó không còn phải là thương
Mà là ích kỷ con đường ngu si

Giúp con tìm thấy diệu kỳ
Bình thường cuộc sống thích nghi với đời
Cho con trải nghiệm tuyệt vời
Ví như nếm thử trái cà, táo, lê

Giúp con hiểu rõ mọi bề
Tử/sinh sướng/khổ đi/về chua/cay
Để con khôn lớn từng ngày
Niềm vui vô hạn chạm tay trưởng thành

Ví như sự nghiệp công danh
Những bình thường ấy hóa thành phù du!

043023
Phỏng dịch từ nguyên tác "Do Not Ask Your Children To Strive" bởi William Martin, tiểu thuyết gia người Mỹ.

Chân dung Y Thy Võ Phú qua nét vẽ, *pencil on paper*, của **họa sĩ Nguyễn Văn Nam (5)**

THÁNG

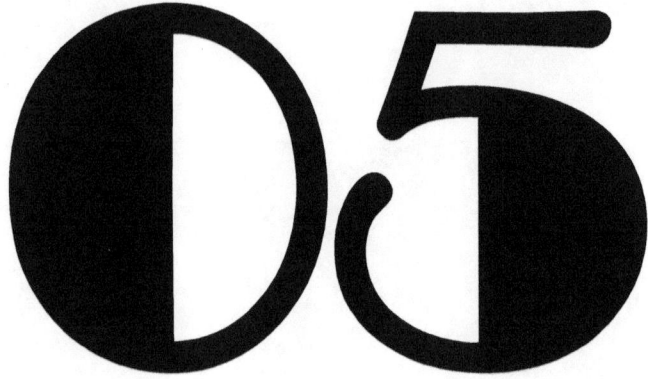

Tháng Năm chào đón vần thơ
Để tôi ngượng nghịu ngẩn ngơ đứng nhìn
Dâu tằm trong nắng lung linh
Đôi chim bé nhỏ tự tình bên nhau!
(Ngọt Ngào Chào Đón Tháng Năm – Trang 141)

Ngọt Ngào Chào Đón Tháng Năm

Tháng Năm ánh nắng ngọt ngào
Mùi hương hoa dại quyện vào gió say
Dâu tằm chín mọng trên cây
Ướp thêm mật ngọt tràn đầy luyến lưu

Thổi qua ngọn gió hiu hiu
Cành vươn giữ lấy nâng niu không rời
Quả kia thơm ngọt gọi mời
Đàn chim sáo nhỏ đánh hơi tìm về

Đôi chim ríu rít hẹn thề
Trao nhau quả ngọt môi kề cận môi
Tháng Năm đã đến đây rồi
Lao xao ngọn gió mây trời mộng mơ

Tháng Năm chào đón vần thơ
Để tôi ngượng nghịu ngẩn ngơ đứng nhìn
Dâu tằm trong nắng lung linh
Đôi chim bé nhỏ tự tình bên nhau!

050123 - Mùi hương của hoa Honeysuckle quyện vào với những quả dâu tằm chín mộng đến mê lòng!

Buổi Sáng Tháng Năm

Vẫy tay chào biệt tháng Tư
Đón mừng ánh nắng bây chừ tháng Năm
Con ong tìm mật ghé thăm
Dưới hiên sưởi nắng mèo nằm thảnh thơi

Sáng nay chim hót gọi mời
Ríu ra ríu rít cất lời chào nhau
Chim chuyền vạch lá tìm sâu
Bằng lăng trước ngõ tím màu áo ai

Tóc thơm lược giắt trâm cài
Nắng vàng hôn nhẹ trên vai người tình
Sợi nắng trên tóc lung linh
Trong veo buổi sáng bóng hình rất thơ

Hồn tôi ngẩn ngẩn ngơ ngơ
Nửa say nửa tỉnh bây giờ hóa điên
Chắc em bỏ thuốc thôi miên
Sáng nay tôi bỗng điên điên khùng khùng!

050223

Thôi Rồi Đám Rau Khoai

Tháng Năm cuốc đất trồng khoai
Từng hàng tươi tốt để rồi hôm nay
Thỏ rừng kéo tới một bầy
Ngọn non ăn hết thế này than ôi!

Luống rau đã sạch ngọn rồi
Bao nhiêu công sức mồ hôi cuối tuần
Bón phân, tưới nước, chuyên cần
Nhìn rau xanh tốt vạn phần vui tươi

Sáng nay tắt cả nụ cười
Một đàn lần lượt trêu ngươi bực mình
Bực mình đành chịu nín thinh
Thôi chờ hết tháng tình hình coi sao

Hay là ta dựng hàng rào
Ngăn vườn che chắn lối vào luống rau
Nghĩ thôi hổng có làm đâu
Nhủ lòng rồi nói chỉ rau thôi mà…

050323

Hoa Mẫu Đơn

Mẫu Đơn nguồn gốc Trung Hoa
Thiên hương quốc sắc mượt mà giàu sang
Uy quyền, phú quý, nữ hoàng
Tượng trưng chung thủy, dịu dàng, đắm say
Mẫu Đơn thơm ngát ngất ngây
Cánh hồng phơi phới sáng nay vườn nhà
Loài hoa sặc sỡ kiêu sa
Nhẹ vươn trong nắng ngọc ngà đoan dung
Tích xưa hoa lại thẹn thùng
Trong vườn Thượng Uyển sánh cùng Quý Phi
Đường Minh Hoàng, Dương Quý Phi
Ngắm hoa uống rượu tương tri rõ lòng
Thanh bình điệu, tuôn theo dòng
Bài thơ Lý Bạch có lòng ngợi ca:
Áo như mây, mặt ngỡ hoa
Hiên sương phơ phất như là xuân bay
Nếu không gặp Quần Ngọc đây
Dao Đài dưới nguyệt gặp ai bây giờ…*

050423 - *Thanh bình điệu của Lý Bạch:* "Vân tưởng y thường hoa tưởng dung/Xuân phong phất hạm lộ hoa nùng/Nhược phi Quần Ngọc sơn đầu kiến/Hội hướng Dao Đài nguyệt hạ phùng."

Tháng Năm, Mùa Dâu Tây Chín

Em ơi, mùa dâu lại về
Dâu Tây chín đỏ sum sê đầy vườn
Sáng mai dậy sớm lên đường
Khi trời còn mát hơi sương lững lờ

Sớm đi khỏi phải đợi chờ
Xếp hàng nắng nóng trưa trờ quanh co
Dâu Tây từng quả tròn vo
Tươi ngon, mọng nước, thơm tho, chín đều

Biết rằng ăn chẳng bao nhiêu
Hái làm quà tặng Mẹ yêu tháng này
Tháng Năm ngày Mẹ nơi đây*
Giỏ dâu biếu Mẹ. Mẹ xay uống dần

Tháng Năm vào giữa mùa xuân
Mùa dâu Tây chín ân cần con trao
Những quả dâu chín ngọt ngào
Tự tay con hái Mẹ nào cũng vui!

050523 – *Ngày Hiền Mẫu (Mother's Day) năm nay sẽ vào Chủ Nhật ngày 14 tháng 5, 2023.*

Hẹn Thề Dưới Ánh Trăng Hồng

Lửng lơ treo ánh trăng hồng
Đầu hôm dạo bước bềnh bồng tóc ai
Bàn tay nắm lấy bàn tay
Ngón rung theo nhịp của hai chúng mình

Em nhìn bẽn lẽn làm thinh
Bạo gan anh cũng tỏ tình kết đôi
Con tim theo nhịp bồi hồi
Khép hờ mí mắt đôi môi đợi chờ

Hôm nay trăng đẹp nên thơ
Vòng tay siết chặt giấc mơ ngọt ngào
Duyên tình em tặng em trao
Mặc cho gió lạnh thét gào bên tai

Vòng tay giữ chặt nhau hoài
Vết răng còn đọng trên vai chưa sờn
Thương nhau xin nguyện keo sơn
Dạt dào ngây ngất sắt son hẹn thề.

050623

Đi Chùa Lễ Phật Cầu An

Lên chùa lễ Phật cúng rằm
Ở trên chánh điện hương trầm ngút bay
Tu tâm sửa tánh từng ngày
Từ bi, hỷ xả sao bay mất rồi

Nhủ lòng rũ bỏ cái tôi
Nương theo Phật Pháp sao rồi lại quên
Tưởng ta như miếu với đền
Gieo lòng ích kỷ cho nên thế này

Nguyện lòng buông bỏ từ đây
A Di Đà Phật phước đầy mai sau
Vô thường gạt bớt u sầu
Đường đời trăm ngả muôn màu nơi nơi

Tây Phương Cực Lạc rạng ngời
Mong lòng nhẹ nhõm thảnh thơi an bình
Không còn ở cõi u minh
Nam Mô khấn lạy niệm kinh sớm chiều.

050723

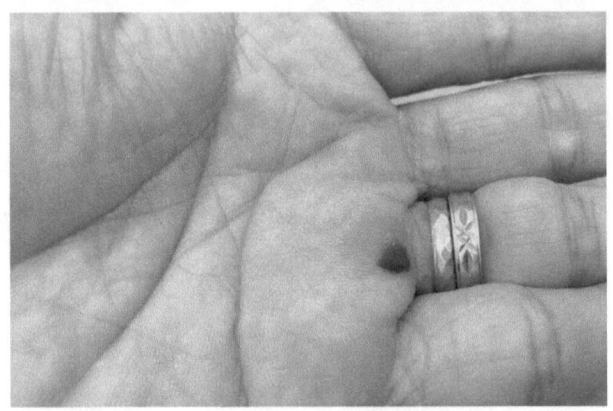

Bàn Tay

Hôm qua em nắm bàn tay
Chạnh lòng em nói tay này hết xinh
Ngày xưa chưa cưới lấy mình
Tay anh mềm mại thư sinh lắm mà

Bây chừ rạn nứt chai ra
Không còn mềm mỏng làn da đàn hồi
Đổ nhiều những giọt mồ hôi
Chăm lo vun xới cho ngôi nhà này

Em cầm lấy đôi bàn tay
Vệt hằn tuổi tác tháng ngày gian nan
Tay em vuốt nhẹ đường gân
Mỉm cười tôi nói chỉ cần có nhau

Tay này có khác gì đâu
Chỉ thêm cứng cáp chớ đâu mềm èo
Thương em không chê anh nghèo
Niềm tin luôn vững để theo đến giờ!

050823

Một Ngày Thứ Ba

Cũng như ngày tháng đã qua
Tìm câu sáu tám viết ra trải lòng
Hôm nay viết vội mấy dòng
Xem như nhàn nhã thong dong một ngày

Thứ Ba dậy sớm đi cày
Chín giờ hội họp thợ thầy sơ sơ
Ngồi nghe cũng hết một giờ
Ghi ghi chép chép lơ mơ ngắn dài

Nói ra dự tính tương lai
Đổi trao nghiên cứu đề tài năm sau
Góp vào cũng được vài câu
Xong rồi cuộc họp chào nhau tan hàng

Viết vào quyển lịch rõ ràng
Những việc cần thiết tô vàng lên trên
Bây giờ có tật hay quên
Cho nên cẩn thận chứ quên tức thì!

050923

Hoa Bên Đường

Từ khe nhỏ được mọc lên
Trổ hoa đón nắng trên nền gạch nâu
Cuộc đời có những sắc màu
Này nơi sỏi đá phép mầu hiện ra

Sắc vàng trong nắng chan hòa
Bước chân bao kẻ đi qua ngỡ ngàng
Nâng niu cánh mỏng hoa vàng
Người xe qua lại rộn ràng nơi đây

Vươn lên khao khát từng ngày
Trải qua nắng gió hương say trao đời
Lay lay cánh lá chơi vơi
Cuộc đời cứ thế ngược xuôi theo dòng

Niềm vui hạnh phúc chờ mong
Một cơn gió thổi bay trong âm thầm
Cánh hoa lặng lẽ trầm ngâm
Phù du cát bụi nảy mầm mai sau!

051023

Lợi Ích Làm Vườn

Cuối ngày làm việc quanh vườn
Bao nhiêu căng thẳng chán chường cũng qua
Làm vườn, đọc sách, trồng hoa
Tiểu đường, tim mạch, lánh xa dần dần

Rau xanh cơ thể rất cần
Thức ăn bổ dưỡng tự trồng tốt hơn
Làm vườn thanh thản tâm hồn
Giúp cho giấc ngủ no tròn dài sâu

Làm vườn, tưới nước, trồng rau
Cuối ngày trò chuyện bên nhau ngọt ngào
Hoa thơm trái ngọt gửi trao
Nâng niu tay hái đem vào người ơi

Làm vườn lợi ích tuyệt vời
Đến mùa thu hoạch mê tơi cả lòng
Hai ta hạnh phúc vui trồng
Thời gian như cõi phiêu bồng nhẹ bay!

051123

Biển Tháng Năm

Tháng Năm trở lại nơi này
Ngắm màu nước biển cùng mây lam chiều
Gió lên nghĩ đến con diều
Âm thanh trầm bổng dập dìu tiếp nhau

Tháng Năm bên ngọn cỏ lau
Phất phơ bông trắng một màu hoang sơ
Xa xa như những ngọn cờ
Trên đồi cát trắng dật dờ ngả nghiêng

Tháng Năm bờ biển bình yên
Mây trời cao rộng nỗi niềm riêng tôi
Lao xao ngọn gió bên đồi
Biển mênh mông quá mù khơi nổi chìm

Tháng Năm tôi trở lại tìm
Nghĩ về quá khứ lim dim mơ màng
Trôi theo sóng nước nhịp nhàng
Long lanh ánh bạc mênh mang đất trời!

051223

Kiếp Dã Tràng

Tháng Năm xuống biển ngoáy còng
Ngón tay xoay nhẹ vào tròng quấn quanh
Thọt vào hang ổ thật nhanh
Đôi càng kềm kẹp cũng đành buông xuôi

Rời xa hang ổ ngậm ngùi
Hai con mắt ngọc sụt sùi ướt mi
Sắt son thề nguyện khắc ghi
Tám chân chổng ngược cố ghì lấy thân

Chênh vênh trước cổng tử thần
Nắng trưa đưa tiễn nhục thân dã tràng
Đôi mắt ngọc, khẽ ngỡ ngàng
Thân treo lơ lửng hai càng giơ cao

Chẳng nghe sóng vỗ rạt rào
Để đêm thao thức xôn xao tiếng lòng
Dã tràng kiếp số long đong
Trốn trong hang ổ cũng không thoát người!

051323

Vinh Danh Ngày Lễ Mẹ

Tháng Năm mười bốn hôm nay
Là ngày Hiền Mẫu tuyệt vời thế gian
Từ trong bụng mẹ cưu mang
Cũng hơn chín tháng đeo mang bên mình

Tảo tần rạng sáng bình minh
Còng lưng mẹ gánh bao tình biển sâu
Nuôi con không ngại dãi dầu
Nắng mưa cơ cực thương đau cuộc đời

Tình thương rộng lớn bằng trời
Mẹ lo mọi việc cho tôi nên người
Con thương mẹ lắm mẹ ơi
Mẹ là tất cả cuộc đời của con

Ngày nay con được vuông tròn
Là ơn cha mẹ sắt son kết thành
Bao nhiêu hoa trái ngọt lành
Con đem dâng mẹ vinh danh mẹ hiền.

051423 -Ảnh: Internet

Đôi Chim Se Sẻ Sau Vườn

Đôi chim se sẻ sau vườn
Thường xây tổ ấm yêu đương chốn này
Sáng ra mở cửa vội bay
Tôi đâu có chọc quấy rầy chim đâu?

Đôi chim se sẻ trước sau
Có đôi có cặp cùng nhau tìm mồi
Tuần qua hạt cải chín rồi
Đôi chim nhặt lấy mớm mồi cho con

Sáng nay nghe tiếng chim non
Trên giàn bầu bí véo von nhịp nhàng
Gia đình chim nhỏ rộn ràng
Líu lo chim hót rền vang đất trời

Sáng nay chim mẹ buông lơi
Chim non cũng biết cất lời gọi nhau
Hôm nay có lẽ buổi đầu
Chim rời xa tổ bóng câu mờ dần...

051523

Con Chuột Chũi

Sau vườn chuột chũi đào hang
Hôm nào cũng lấp nhưng chàng vẫn chui
Nhìn vườn rau lại ngậm ngùi
Bao nhiêu công sức đổ vùi xuống sông

Rau lang ngọn bí từng vòng
Chuột kia đớp sạch trống không khu vườn
Sáng nay nhìn thấy mà thương
Rau xanh mơn mởn rơi vương vất này

Chuột ăn không kể đêm ngày
Cho dù rào kín chuột này vẫn vô
Rau lang, cà rốt, bí ngô
Đúng là phá hoại báo cô không à

Hang sâu chuột nhũi làm nhà
Đào hào khéo lắm như là thợ xây
Hôm qua lấp lại chỗ này
Sáng nay lại thấy thế này… Hỡi ơi!

051623: Ảnh internet- con chuột chũi (groundhog) phá vườn nhà.

Hoa Súng Trước Nhà

Sáng nay bông Súng trước nhà
Nhô trên mặt nước đơm hoa nhụy vàng
Sắc màu tươi đẹp rộn ràng
Dẫu đêm hôm trước sấm vang bão bùng

Bông hoa thư thái ung dung
Dẻo dai thuần khiết nở bung cánh hồng
Dưới mương, bờ ruộng, trên đồng
Thủy chung luôn giữ cho lòng thanh tao

Gần bùn mà vẫn thanh cao
Cho đời vị ngọt dạt dào yêu thương
Bông hoa khoe sắc tỏa hương
Người qua kẻ lại bên đường xuýt xoa

Loài hoa ở xứ người ta
Màu lam hay trắng đều là quốc hoa*
Tên dân dã, nhưng kiêu sa
Rất nhiều màu sắc đượm đà thế gian.

051723 - Hoa Súng màu xanh lam là quốc hoa của Sri Lanka. Trong khi đó màu trắng tinh khiết là quốc hoa của Bangladesh.

Canh Chua Cá Basa

Canh chua nấu cá Basa
Ăn liền mấy chén thiệt là hao cơm
Cà chua, đậu bắp, cùng thơm
Bạc hà, giá sống, ngò om nức mùi

Chồng ăn mà vợ tươi vui
Miệng nàng chúm chím mỉm cười nhìn sang
Yêu thương hạnh phúc chứa chan
Cùng nhau gắn bó điểm trang cuộc đời

Yêu nhau, thương lắm, người ơi
Nghĩa tình chồng vợ trọn đời có nhau
Cho dù dông tố bể dâu
Trải qua gian khổ trước sau vững lòng

Dù cho ngày tháng long đong
Bao năm tình nghĩa vợ chồng chân quê
Đi xa cũng nhớ quay về
Cả nhà hạnh phúc đề huề bên nhau.

051823

Thứ Sáu Cuối Tuần

Hôm nay là thứ Sáu rồi
Ngó qua ngó lại về thôi với nàng
Trên đường xe cộ kín làn
Ì à ì ạch làng xàng ghét ghê

Vợ phôn vợ hối nhanh về
Hai con chờ đợi ba về đi chơi
Hôm nay sinh nhật bạn mời
Sắp giờ khai tiệc thôi rồi còn đâu

Ba ơi ba hãy mau mau
Mẹ con đang đợi chờ lâu quá chừng
Trong phôn ba nói ngập ngừng
Tại vì thứ Sáu cuối tuần kẹt xe

Đầu dây bên nọ im re
Chắc là mẹ giận không nghe nói gì
Về nhà vội vã chạy đi
Cả nhà vui vẻ vu vi cuối tuần!

051923

Ngôi Nhà Hạnh Phúc
(Viết tặng hai bạn Huy & Thuỷ)

Chiếc cầu gỗ nhỏ bắt ngang
Dưới hồ bơi lội một đàn cá Koi
Tàn cây xanh, chiếc ghế ngồi
Chiều qua đến ngắm để rồi thẩn thơ

Sau vườn nhà bạn mộng mơ
Cỏ xanh mướt rượt như tơ giữa trời
Hôm qua bạn đã vui mời
Lần đầu ghé đến cơ ngơi bạn hiền

Ngôi nhà ở chốn bình yên
Vợ xinh con đẹp như thiên thần này
Chồng tài vợ đẹp phúc thay
Tình tươi thắm mãi đan tay chung lòng

Đôi tim xao xuyến thêm nồng
Bên hai con gái má hồng xinh xinh
Nhìn cô bé út thông minh
Dang tay ôm bố đậm tình yêu thương.

052023 - *Ảnh: Huy Nguyễn*

Hạnh Phúc Đơn Sơ

Đôi khi hạnh phúc đơn sơ
Nắm tay đi dạo bên hồ chiều nay
Ta không mộng ảo đó đây
Ngọt ngào ánh mắt tình này trong tim

Bên nhau hạnh phúc bình yên
Bước chân chung nhịp tình duyên mặn nồng
Nụ cười mãn nguyện ấm lòng
Không còn cay đắng bên vòng trầm luân

Hai bờ in những dấu chân
Sắt son thề nguyện ân cần bền lâu
Tình ta cũng chẳng phai màu
Trước sau như một tròn câu chung tình

Trên con đường nhỏ chúng mình
Hồn hương hoa cỏ lung linh nắng chiều
Gọi nhau hai tiếng thương yêu
Sao nghe ngọt lịm liêu xiêu cả lòng.

052123 - Deep Run Park

Thi Sĩ Vương Thanh
Với Bên Giòng Thủy Nguyệt

Chúc mừng thi sĩ Vương Thanh
"Bên Giòng Thủy Nguyệt" ghi danh rạng ngời
Mười sáu bài thơ tuyệt vời
Trong thi tập mới gửi người "Tri Tâm"
Du dương trầm bổng xa xăm
"Dăm Vân Thả Gió" trăng nằm bên mây
Ước "Mơ Với Chim Bằng" bay
"Cõi Mơ" "Em Đến" mộng say "Mai Hồng"
"Thiên Nhai Đôi Tuyết" phiêu bồng
"Sơn Nhân Mộng" mị mây hồng lượn quanh
"Thơ Cười, Soi Bóng Chân Như"
Dòng đời xuôi ngược ảo hư bên bờ
"Cùng người trò chuyện vào thơ"
"Thi Đàm Thủy Nguyệt" đợi chờ ánh trăng
Tháng Tư quê Mẹ mà rằng
Từ xa tiếng "Vọng Tiên Nhân" trở về!

052223 – *Những chữ trong ngoặc kép là tựa đề thơ trong thi tập.

Việc Nhà Hôm Nay

Không là ngày Tám Tháng Ba
Nhưng anh vẫn phụ việc nhà cùng em
Ăn xong rửa chén rồi xem
Học hành bài vở con em chúng mình

Lại thêm những việc linh tinh
Quét nhà, bỏ rác, lấy bình cắm hoa
Hoa thơm nở trước vườn nhà
Cắt vào những đóa thiệt là dễ thương

Hôm nay thứ Ba bình thường
Đón đưa con trẻ đến trường đôi nơi
Cuối tuần chuẩn bị rong chơi
Nên giờ em bận phải ngồi vá may

Ra vô khách khứa suốt ngày
Lên lai quần áo cắt tay ngắn, dài
Nhìn em làm việc miệt mài
Nên anh phụ giúp chẳng ai chê cười...

052323 - *Hoa lá trong vườn nhà*

Bữa Cơm Chiều

Hôm qua nấu bữa cơm chiều
Khi em bận việc thiếu điều hụt hơi
Cơm canh đã sẵn sàng rồi
Cũng nhìn hấp dẫn không tôi phải không

Xứ này kể cả đàn ông
Nấu cơm rửa chén cũng không nề hà
Vợ chồng gánh vác việc nhà
Cả hai chia sẻ mới là yêu thương

Đi làm tám tiếng bình thường
Lại thêm may vá tăng cường thu, chi
Nên anh phụ được những gì
Quét nhà dọn dẹp nam nhi cũng làm

Hôm nay có món sườn ram
Cá chiên, mắm tỏi, bí đao canh sườn
Cải xanh mới hái ngoài vườn
Luộc trần chấm mắm thêm hương đậm đà…

052423

Mùa Cắm Trại

Tuần này cắm trại phải dời
Tuy không thích lắm vì trời gió mưa
Qua cầu sợ gió đung đưa
Đổi sang nơi khác phòng ngừa vậy thôi

Mọi thứ chuẩn bị xong rồi
Nên không thể bỏ đành lôi camper
Bỏ biển thì tìm đến hồ
Công viên này mới rất thơ mộng nè

Đi thôi chứ mấy tháng hè
Trôi qua nhanh lắm tiếng ve rộn ràng
Em ơi mọi thứ sẵn sàng
Chờ ngày mai đến thư nhàn rong chơi

Cuối tuần ta được nghỉ ngơi
Thiên nhiên kêu gọi thảnh thơi tâm hồn
Rời xa phố thị tiếng ồn
Chiều ta ngắm cảnh hoàng hôn nơi này!

052523 Ảnh: Hoàng hôn trong công viên Machicomoco.

Em Machicomoco 16*

Bên em ngày cuối tháng Năm
Tim nghe rạo rực khi nằm kề nhau
Ôi dòng sông York xanh màu
Là nơi gặp gỡ với câu giao tình

Bên công viên đón bình minh
Khoảng trời rộng mở thanh bình ấm êm
Hươu sao gặm ngọn cỏ mềm
Gà Tây thong thả bên thềm nhà xưa

Đàn chim lảnh lót ban trưa
Tiếng cu cườm gáy vọng đưa ngày hè
Rộn ràng với những tiếng ve
Thủy triều nước lớn chiếc ghe bập bềnh

Bên nhau gối mộng chăn mềm
Nghe tim thổn thức hằng đêm bên mình
Tháng Năm này đến rất tình
Vòng tay ôm chặt bóng hình em yêu!

052623 - 052623 - Tên của một công viên tiểu bang Virginia, nằm ở quận Gloucester. Đất trại số 16.

Bốn Mươi Hai Bức Tượng Tổng Thống Chìm Vào Quên Lãng

Bốn mươi hai tượng trong vườn
Bỏ quên đến độ tang thương ngỡ ngàng
Trải qua mưa gió thời gian
Nơi đây đổ nát hoang tàn xót xa
Trở về từ Canada
David Adickes đi qua núi đồi
Mount Rushmore đẹp tuyệt vời
Chân dung tổng thống bốn người vĩ nhân
Đã truyền cảm hứng muôn phần
Họa sĩ về dựng chân dung từng người
Bốn mươi hai tượng ra đời
Công viên đóng cửa không nơi trưng bày
Mất một tuần dời tới đây
Chìm vào quên lãng tháng ngày thê lương
Từ nay một kiếp đoạn trường
Chân dung tổng thống đáng thương thế này?

052723 - Williamsburg, Virginia.

Hoa Daisy

Những con mắt của ban ngày
Dọc đường ngơ ngác nơi này công viên
Những bông hoa trắng dịu hiền
Rơi từng giọt lệ xuống triền đất khô

Này em hoa cúc đơn sơ
Mọc nơi hoang dã để chờ mấy khi
Dọc theo lối nhỏ đường đi
Tên em còn gọi Daisy ấy mà

Cuối xuân em mới trổ hoa
Chưa từng nhuốm bụi rất là ngây thơ
Tình yêu thật sự mộng mơ
Bên nhau mãi mãi chẳng mờ nhạt phai

Hôm nay mưa lạnh thấm vai
Gió qua từng đợt ngắn dài theo cơn
Gom giùm những lúc cô đơn
Gửi theo mưa gió túi hờn bay đi…

052823 - Những bông hoa cúc dại trong công viên Machicomoco

Những Ngọn Cờ Trên Đồi Arlington

Thứ Hai ngày cuối tháng Năm
Là ngày tưởng nhớ quân nhân Hoa Kỳ
Vinh danh thương tiếc khắc ghi
Những người chiến sĩ đã hy sinh rồi

Nghĩa trang quân đội trên đồi
Cờ hoa trên mộ ngợp trời tung bay
Hoa thơm tưởng niệm nơi đây
Anh hùng chiến sĩ hăng say quên mình

Là ngày tưởng niệm tôn vinh
Chiến sĩ vì nước hy sinh chốn này
Trước khi gục ngã xuôi tay
Để hồn theo gió theo mây theo trời

Giờ đây yên nghỉ thảnh thơi
Dang đôi cánh rộng vùng trời bình yên
Người dân từ khắp mọi miền
Ghi ơn tưởng nhớ đến bên mộ này!

052923 – *Ảnh: Internet trong ngày lễ Memorial.*

"Căng Da Bụng, Chùng Da Mắt"

Buổi trưa ăn bát cơm đầy
Lim dim đôi mắt dạ dày khi căng
Ngồi buồn ngáp ngắn ngáp dài
Tuần nay nghỉ hết chẳng ai để nhìn

Trong phòng thí nghiệm lặng thinh
Mọi người đi họp còn mình tôi thôi
Trước bàn máy tính tôi ngồi
Nhắm hai mắt lại để môi thở đều

Không lâm vào cảnh trớ trêu
Lỡ người bắt gặp rao rêu dị òm
Hai con mắt thấy tối om
Cơn buồn ngủ tới phần hồn lửng lơ

Chưa tròn một giấc ngủ mơ
Bỗng phôn điện thoại ngẩn ngơ giật mình
Bực mình quảng cáo linh tinh
Phá luôn giấc ngủ yêu tinh nơi nào?

053023

Tâm Sự

Hôm nay chị thấy hơi buồn
Tìm người tâm sự để buông thả lòng
Hai em có ở nhà không?
Chị sang nói chuyện cho lòng thảnh thơi

Hôm nay thời tiết tuyệt vời
Hay là đốt lửa mình ngồi nhâm nhi ?
Hai em mời chị cụng ly
Uống cho quên hết những gì không vui

Buồn thương gia cảnh ngậm ngùi
Con thơ nhỏ dại tới lui rất cần
Chắc là duyên hết nợ nần
Nên tình chia cắt có phần xót xa

Khi duyên đã hết mặn mà
Chị đừng buồn nữa mới là cách hay
Bỏ qua sầu khổ từ đây
Tương lai phía trước có ngày an vui!

053123

Nếu Cần Phải Quét Bụi Đi

Nếu cần phải quét bụi đi
Nhưng sao không thể làm gì thêm hay?
Ví như vẽ bức tranh này
Viết thư, nướng bánh, ươm cây gieo mầm

Ngẫm suy giữa muốn và cần?
Phủi bay bụi bẩn khi cần làm mau
Dòng sông ta lội cùng nhau
Núi cao ta bước lo âu cũng tàn

Lắng nghe âm nhạc nhân gian
Sách hay ta đọc không màng lợi danh
Bạn bè trân trọng chân thành
Đời luôn tươi đẹp long lanh tuyệt vời

Nếu cần hãy quét bụi rơi
Nhưng rằng thế giới không rời xa ta
Nắng trong khóe mắt trổ hoa
Gió hôn mái tóc tuyết sa mưa nguồn

Ngày qua không trở lại luôn
Thì xin cứ quét nỗi buồn qua tay
Tuổi già sẽ tới liền ngay
Rồi ta từ giã mai này chẳng sai

Hạt bụi nào có phôi phai
Làm người ai cũng hình hài bụi thôi!

053123
Phỏng dịch theo nguyên tác bài thơ "Dust If You Must" bởi Rose Miligan. Bài thơ được xuất bản lần đầu trên tạp chí The Lady vào năm 1998 và kể từ đó đã được trích dẫn ở nhiều nơi.

Chân dung Y Thy Võ Phú qua nét vẽ, *colors on paper*,
của **họa sĩ Chiến Thắng (6)**

THÁNG

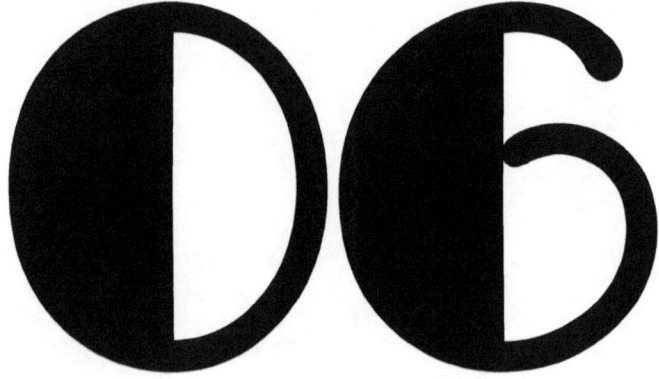

Hôm nay tháng Sáu lại về
Vườn rau xanh tốt nhìn mê quá trời
Rau tươi mơn mởn gọi mời
Hái vào một ít để xơi trưa này
(Tháng Sáu Ăn Rau – Trang 175)

Tháng Sáu Ăn Rau

Hôm nay tháng Sáu lại về
Vườn rau xanh tốt nhìn mê quá trời
Rau tươi mơn mởn gọi mời
Hái vào một ít để xơi trưa này

Hôm qua em bận vá, may
Sáng ra làm sớm viết tay mấy hàng:
"Anh ơi ăn đỡ chỗ làm
Sáng nay đi vội không mang cơm rồi!"

Nghĩ đi nghĩ lại đành thôi
Có rau tươi tốt nên tôi hái vào
Không canh, không luộc, không xào
Rau tươi ăn sống thế nào cũng ngon

Luộc hai quả trứng tròn tròn
Chan thêm nước sốt ôi ngon tuyệt vời
Rau nhà đã lắm em ơi
Một tô thật lớn anh xơi hết vèo!

060123 - Rau mới hái sau vườn.

Hè Về

Vẫy tay tạm biệt sân trường
Thầy cô bè bạn thân thương vô cùng
Đầu năm vẫn còn ngại ngùng
Bây giờ bịn rịn lừng khừng chưa đi

Đã qua rồi những mùa thi
Lớp xưa bảng cũ thầm thì buồn tênh
Mùa hoa phượng nở kề bên
Thấy lòng thơ thẩn dâng lên dạt dào

Nắng chiều chênh chếch hanh hao
Mân mê tà áo xuyến xao tâm hồn
Ve sầu rỉ rả tiếng ồn
Luyến lưu dù đã hoàng hôn tắt dần

Tháng Sáu mùa Hạ rất gần
Hai hàng phượng vỹ trước sân nhuộm hồng…

060223 - *Hoa Phượng chụp ở Key West, Florida, USA.*

Một Ngày Thứ Bảy

Một ngày nhàn rỗi ở nhà
Ra vườn phơi nắng ngắm hoa nhìn trời
Hoa vàng rực rỡ ánh ngời
Cho lòng phơi phới cho đời thêm hương

Sáng nay thứ Bảy bình thường
Mùa hoa Ly nở dễ thương vô ngần
Công anh chăm sóc chuyên cần
Nay mùa hoa nở trước sân vẫy chào

Hoa thơm tinh khiết thanh tao
Dịu dàng e ấp đến nao lòng người
Trong vườn hoa lá đẹp tươi
Bạn bè nào đến cũng cười cùng hoa

Sáng nay thứ Bảy ở nhà
Đón người bạn cũ ở xa trở về
Bạn nhìn, chụp ảnh, mải mê
Nhìn đâu cũng thấy tứ bề hoa xinh!

060323 - *Hoa vườn nhà*

Cơm Nhà Quê

Cá kho khô quẹt vàng ươm
Rau xanh, ngọn bí, nước tương, đậm đà
Bữa cơm em nấu chiều qua
Mang theo hơi thở quê nhà năm xưa

Rau tươi chỉ được theo mùa
Dẫu rằng thịt cá dư thừa nơi đây
Bữa cơm em nấu thế này
Cho anh nhớ lại những ngày ấu thơ

Vào ra trông ngóng đợi chờ
Rau xanh tươi tốt cũng nhờ người chăm
Khi trời vừa đến tháng Năm
Ngoài vườn rau cỏ trổ mầm tốt tươi

Bữa cơm vợ nấu chồng cười
Cơm nhà quê đấy bao người ước mong
Rau tươi nhờ đức anh chồng
Thêm cô vợ khéo nữ công tuyệt vời!

060423 - *Mâm cơm vợ nấu*

Hai Mẹ Con

Sáng nay trốn việc đến trường
Xem con nhận thưởng dễ thương vô cùng
Thấy con mẹ rất vui mừng
Mỉm cười hạnh phúc đỏ bừng mặt lên

Đến khi con được gọi tên
Mẹ cười rạng rỡ ngồi bên thì thầm
Ừa thì cực khổ cả năm
Nay được đền đáp tự tâm mỉm cười

Gặp con mặt mẹ rạng ngời
Mẹ yêu con lắm đất trời trổ hoa
Chiều nay khi về đến nhà
Món ngon mẹ nấu để mà đãi con

Cho dù sông cạn đá mòn
Hay con có lớn có khôn thế nào
Lòng mẹ vẫn luôn dạt dào
Núi cao biển rộng làm sao sánh bằng!

060523 - Hai mẹ con sáng nay

Hoa Tặng Nàng

Ra vườn cắt nhánh hoa tươi
Yêu thương đem tặng cho người bên tôi
Giật mình nhìn lại dòng đời
Thời gian qua vội để rồi ngẩn ngơ

Trước nhà hoa nở bữa giờ
Sao không hái tặng mà chờ đợi chi
Mấy mùa hoa đã qua đi
Nhớ quên quên nhớ bởi vì thân quen

Bông hoa tươi đẹp kề bên
Nên tôi lại nhớ lại quên tặng nàng
Hôm nay trời đẹp nắng vàng
Sắc hoa lộng lẫy tôi mang vào nhà

Và này hương sắc quanh ta
Nghĩa tình gắn bó thiết tha vợ chồng
Và này thương nhớ trong lòng
Như trăm hoa nở phải không vợ hiền?

060623

Mảnh Vườn Xinh

Chiều chiều ra ngắm mảnh vườn
Bón phân tưới nước đắp mương trồng bầu
Mỗi ngày ta lại bên nhau
Dưới giàn bầu bí đôi câu chuyện đời

Bên ta là cả đất trời
Một ngôi nhà nhỏ cơ ngơi chúng mình
Trước nhà hoa lá đẹp xinh
Phía sau một mảnh vườn tình mộng mơ

Bên ghế đá, anh làm thơ
Thầm thì to nhỏ vu vơ chuyện trò
Cuối tuần ta lại hẹn hò
Bạn bè ghé đến hát hò vui say

Này em… Hạnh phúc quanh đây
Bên nhau ta mãi ngất ngây ngọt ngào
Mảnh vườn xinh đẹp làm sao
Cho niềm vui đến gửi trao nhau cùng!

060723

Vườn Nhà Có Bụi Ngò Mùi

Rau mùi miền Bắc gọi tên
Bát canh măng miến dâng lên ông bà
Loài rau thân thuộc quê nhà
Thịt xào, đĩa nộm, thiệt là thơm tho

Miền Nam được gọi rau ngò
Kèm theo chữ rí để cho khác loài
Bởi vì còn hai loại này
Ngò ôm khoai mỡ, ngò gai phở gà

Hạt ngò dùng để pha trà
Tăng thêm hương vị đậm đà mát gan
Ngoài ra trị bệnh an toàn
Đẩy lùi kim loại thủy ngân, kim, chì

Đông Y tên gọi Hồ Tuy
Trị giun, kiết lỵ, mụn chi cũng tàn
Mùi hương thanh khiết dịu dàng
Rau mùi, ngò rí, thênh thang sau vườn!

060823

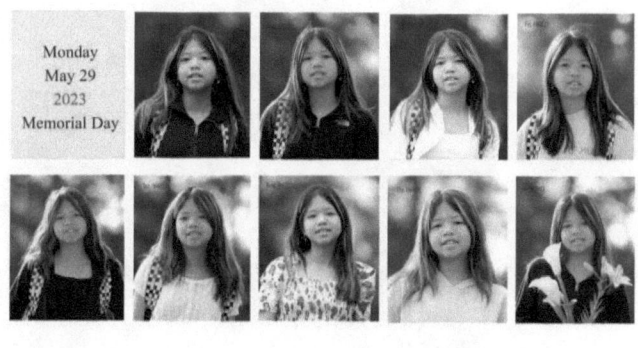

Chia Tay Mái Trường

Ngày cuối năm học hôm nay
Rơi bao giọt lệ chia tay bùi ngùi
Bạn bè bịn rịn sụt sùi
Ghi dòng nhật ký luyến lưu phút này

Ôi thương giọt lệ thơ ngây
Bồi hồi xúc động phút giây học trò
Mái trường kỷ niệm ước mơ
Thầy cô, sách vở, tuổi thơ vào đời

Bao nhiêu cảm xúc đầy vơi
Tay vươn tay níu chẳng rời bước chân
Thấm thoắt đã hết một năm
Thầy cô dạy dỗ ươm mầm mai sau

Hôm nay ngày cuối bên nhau
Ân tình vẫn giữ đậm sâu trong lòng
Viết lên lưu bút mấy dòng
Thầy cô, bè bạn đợi mong trùng phùng!

060923 - Ngày cuối năm học 2022-2023 của quận Henrico

Hè Về Ngắm Hoa Mặt Trời

Và ta trở lại nơi này
Với màu xanh thẫm biển say nắng chiều
Hoa tròn ửng đỏ mỹ miều
Thế gian nhân loại mãi yêu trọn đời…

Ánh vàng rực rỡ nơi nơi
Cỏ cây hoa lá ngợp trời lên cao
Nắng bên con sóng cồn cào
Nhấp nhô ánh bạc thì thào gọi nhau

Hoa tròn ửng đỏ rực màu
Mênh mang lơ lửng chìm sâu chân trời
Ngày hè giọt nắng nồng oi
Hàng cây rủ bóng gương soi ngắm mình

Hoa tròn bóng nước lung linh
Gió đưa thoang thoảng thuyền tình ra khơi
Về đây ngồi ngắm mây trời
Nghe lòng rạo rực bên đời có nhau!

061023 – *First Landing, Virginia Beach*

Chiếc Võng Ngày Hè

Hè về mắc chiếc võng đưa
Gió hiu hiu thổi giữa trưa giấc nồng
Hai con và cả vợ chồng
Trên chiếc võng nhỏ bềnh bồng ngủ say

Hè về ta trở lại đây
Tạm quên thế sự những ngày lo toan
Ầu ơ giấc ngủ no tròn
Hồn nhiên vui vẻ không còn suy tư

Ầu ơ lời võng như ru
Kẽo cà kẽo kẹt vi vu gió hè
Trên cành rỉ rả tiếng ve
Vang từng nhịp điệu sao nghe rất tình

Trưa hè giữa cõi lặng thinh
Dễ gì được phút riêng mình có nhau
Đong đưa theo nhịp trước sau
Cám ơn chiếc võng nhiệm mầu bình yên.

061123 – First Landing, Virginia Beach

Giăng Câu Chiều Hoàng Hôn

Mặt trời đi ngủ kia rồi
Chèo thuyền ra biển thả mồi giăng câu
Mênh mông trời nước xanh màu
Gió yên biển lặng nước sâu cá nhiều

Cầu mong cá cắn đều đều
Đem về vợ nấu cơm chiều hôm nay
Cả ngày ra biển gặp may
Cá chim, cá chấm, ắp đầy trong khoang

Lim dim đôi mắt mơ màng
Cười duyên chớm nụ của nàng nhìn tôi
Cá cua tươi rói tuyệt vời
Ánh lên vảy bạc thuyền trôi tròng trành

Màn đêm sợi nắng tắt nhanh
Theo làn tơ mỏng mong manh ánh ngà
Mặt trời cũng đã đi qua
Phút giây bịn rịn rời xa biển vàng!

061223 - Ảnh chụp bởi nàng Kim

Ớt Anh Trồng

Biết em thích ớt anh trồng
Bón phân tưới nước đợi mong từng ngày
Hôm nay ớt trổ đầy cây
Thoạt đầu bé tí nhưng nay lớn dần
Chờ khi ớt chín đỏ rần
Em làm tương ớt chẳng cần đi mua
Bây giờ ớt hiếm chớ đùa
Ngoài kia thiên hạ tìm mua... cháy hàng
Mấy cô đi chợ về than
Tìm chai tương ớt nay khan hiếm rồi
Huy Fong hiệu ớt như tỏi
Chẳng còn tìm thấy hiếm hoi xứ này
Ớt anh thẳng đứng chắc cay
Cắn vào một miếng ngất ngây cháy nồng
Ớt này là ớt của chồng
Nâng cao miễn dịch cho lòng thăng hoa!*

061323 - *Những lợi ích của việc ăn ớt: ngăn ngừa ung thư dạ dày và tuyến tiền liệt, giảm đau, giảm cân, nâng cao hệ miễn dịch cho sức khỏe, và tốt cho người mắc bệnh tiểu đường.*

Em Từ Xứ Quảng Miền Trung

Em từ xứ Quảng miền Trung
Đất cằn sỏi đá trập trùng gió mưa
Quanh năm vất vả bốn mùa
Còng lưng làm lụng chỉ vừa đủ ăn

Tay chai nổi những vết hằn
Trên lưng thềm nắng nhọc nhằn cháy da
Miền Trung đất nước quê cha
Làm sao quên được mái nhà quê hương

Miền Trung buổi sáng phơi sương
Lạnh từng thớ thịt thấm xương cuộc đời
Nơi đây gánh cả đất trời
Hai miền Nam Bắc tuyệt vời nước Nam

Thương em chịu khó siêng làm
Nữ công gia chánh và kham việc ngoài
Thương em thương mãi thương hoài
Em người con gái anh tài miền Trung!

061423

Occoneechee Mộng Mơ

Công viên Occoneechee
Trên đồi gió mát vu vi sáo diều
Là nơi hạnh phúc tình yêu
Bên hồ đảo Buggs buổi chiều hôm nay

Occoneechee vẫy tay
Chào mừng ta đến mây bay nắng vàng
Cạnh hồ bãi đất thênh thang
Gió hiu hiu thổi mơ màng ngủ say

Rừng thông hồ biếc bóng cây
Hè về thanh thản phút giây tuyệt vời
Rời thành thị đến đây chơi
Êm đềm tĩnh lặng đất trời mộng mơ

Chiều về đốt lửa làm thơ
Ngắm sao lấp lánh tỏ mờ trong đêm
Bên nhau ta mãi kề bên
Rồi ta như thể lãng quên tháng ngày...

061623 - Occoneechee State Park

Buổi Sáng Ở Công Viên Occoneechee

Sáng nay đi bộ dưới rừng
Nghe chim ríu rít không ngừng hót ca
Hàng cây cao vút ngân nga
Hương thông thoang thoảng bay qua bên đường

Trời trong mây trắng vương vương
Gió vờn mái tóc dễ thương vô vàn
Nơi đây rừng núi bạt ngàn
Thiên nhiên có những không gian tuyệt vời

Châm bình trà, ngắm mây trời
Nhâm nhi bánh ngọt thảnh thơi cuối tuần
Thời gian cứ thế trôi dần
Hè về ta lại ở gần bên con

Một mai con trẻ lớn khôn
Rời xa cha mẹ không còn như xưa
Mẹ cha giữ lại chẳng thừa
Cho con kỷ niệm vui tươi ngọt ngào.

061723

Occoneechee, Buổi Chiều Bên Nhau

Cầu phao lắt lẻo bềnh bồng
Em đi sợ té xuống lòng nước sâu
Nước xanh ngọc bích một màu
Đưa tay anh nắm cùng nhau bước đều
Công viên tĩnh lặng buổi chiều
Hương thông thơm ngát nở nhiều nơi đây
Mặt trời che khuất bóng mây
Lang thang ta dạo cuối ngày dần trôi
Tay em anh nắm chặt rồi
Đi qua vườn cỏ lên đồi mộng mơ
Sơn Chi* thanh thoát hai bờ
Hương thơm dịu ngọt đến thơ thẩn hồn
Chiều nay ta ngắm hoàng hôn
Trên cầu phao nổi dập dờn lao xao
Những con sóng vỗ rì rào
Bên em anh thấy ngọt ngào trong tim.

061723

Hoa Sơn Chi tên khoa học là Gardenia jasminoides, một loài hoa trắng có họ cùng với cà phê. Hoa có mùi thơm dịu dàng ngọt ngào như hoa lài nên được gọi là hoa Cape Jasmine.

Tình Cha

Hôm nay là ngày lễ Cha
Biết bao ký ức vỡ òa trong con
Thương cha ngày một héo mòn
Tóc giờ bạc trắng không còn như xưa

Thương cha không ngại gió mưa
Cả đời vất vả sớm trưa tảo tần
Thương con cha chẳng ngại ngần
Trèo non vượt biển bao lần tử sinh

Xứ người bươn chải một mình
Chạy lo bảo lãnh gia đình đoàn viên
Nơi đây cuộc sống kim tiền
Ngày đêm cơ cực triền miên không màng

Chưa từng một tiếng thở than
Chỉ mong con trẻ chăm ngoan nên người
Tình cha biển rộng mây trời
Bao la chan chứa suốt đời con mang.

061823 - Ảnh: Internet

Công Viên Tiểu Bang Staunton River

Ẩn mình nằm gọn trong tâm
Cách ranh giới bạn hai lăm dặm đường*
Này nàng Trinh Nữ yêu thương
Dòng sông êm ả miên trường đam mê

Nhiều điều thú vị khỏi chê
Rừng cây, đồng cỏ, con đê hai bờ
Những ngôi nhà gỗ mộng mơ
Bên hồ đảo Buggs đơn sơ tựa rừng

Vui chơi dã ngoại cuối tuần
Bóng chuyền, quần vợt, bắn cung, chèo thuyền
Công viên xây dựng đầu tiên
Nhiều khu cắm trại bến thuyền nơi đây

Có hồ nước ngọt tận mây
Cá, rùa, bơi lội tràn đầy khắp nơi
Ban đêm ngồi ngắm sao trời
Một nơi lý tưởng vui chơi tháng hè.

061923
*Từ công viên tới ranh giới North Carolina 25 miles.

Công Viên Tiểu Bang Fairy Stone

Chiều nay ta đến công viên
Là ngôi nhà của những viên đá trời
Là nơi giải trí vui chơi
Chèo thuyền, cắm trại tuyệt vời thế gian

Công viên nhiều điểm thăm quan
Đường mòn, hồ nước, thiên đàng chim muông
Công viên cách chục dặm đường
Xanh màu rừng núi trùng dương ngút ngàn

Công viên lớn nhất tiểu bang
Của nàng Trinh Nữ dịu dàng đắm say
Rời xa thành thị đến đây
Hè về rong ruổi những ngày bên nhau

Cỏ cây hồ nước một màu
Mênh mang điệp khúc ve sầu hát ca
Lều xe dựng tạm làm nhà
Vợ con vui vẻ ngân nga tiếng cười.

062023

Bên Rừng Nghe Tiếng Mưa Rơi

Ngồi nghe những tiếng mưa rơi
Bao ngày ròng rã ở nơi núi rừng
Mưa buồn day dứt không ngừng
Thời gian trôi chậm đếm từng giờ qua

Mưa rơi thấm nỗi nhớ nhà
Trong căn lều nhỏ đã ba bốn ngày
Nhìn ra cửa sổ rừng cây
Nai vàng ngơ ngác lạc bầy tìm quanh

Đêm qua thao thức từng canh
Nghe mưa lộp độp chậm nhanh theo hồi
Mưa rơi ba bốn ngày rồi
Xin mưa hãy tạnh cho tôi được nhờ

Mưa từ Chủ Nhật đến giờ
Nghe mưa chỉ biết thẫn thờ nhớ thôi!

062123- *Fairy Stone State Park*

Công Viên Tiểu Bang Claytor Lake

Hồ Claytor đẹp nên thơ
Con đường đi bộ sương mờ thấm vai
Với hơn hai mốt dặm dài
Bãi bơi nước ngọt nối dài thênh thang

Du thuyền ghé tới từng hàng
Với bao dịch vụ lan tràn nơi đây
Trung tâm mua sắm đủ đầy
Một nơi triển lãm được xây cạnh hồ

Bến tàu tấp nập ca nô
Thuyền buồm, kayak, nhấp nhô ra vào
Ngày hè nhộn nhịp xôn xao
Du khách bơi lội áo phao đủ màu

Một nơi lý tưởng thả câu
Cá rô, cá chép, cá tràu, cá trê
Đến đây rồi chẳng muốn về
Cho dù cách trở sơn khê điệp trùng.

062223

Từ Công Viên Đá Tiên Đến Hồ Claytor

Quanh co đồi núi cheo leo
Con đường số 8 vượt đèo vờn mây
Sương mù che khuất rừng cây
Mắt nhìn phía trước đôi tay vững vàng

Chiếc xe cũ kỹ cà tàng
Ì à ì ạch la làng van lơn
Vượt qua ngọn núi mừng rơn
Xuống đồi ta thấy khỏe hơn được tiền

Rời xa công viên Đá Tiên*
Ta đây tìm đến công viên Claytor
Nơi đây mây phủ sương mờ
Một hòn đảo nhỏ nên thơ trữ tình

Mênh mông bãi cát trắng tinh
Xa kia vài mái nhà xinh bên hồ
Căn chòi thủy tạ điểm tô
Rì rào sóng vỗ nhấp nhô mạn thuyền.

062323
*Fairy Stone State Park.

Douthat, Công Viên Núi Rừng

Công viên rừng núi bao la
Gần hai trăm dặm băng qua mấy đồi
Giờ thì đã tới nơi rồi
Cân bằng sau trước cho ngôi nhà mình

Nơi đây cảnh vật thanh bình
Mặt hồ soi bóng lung linh cây cành
Hè về giọt nắng vàng hanh
Một bầu không khí trong lành mê say

Hè về ngồi dưới rừng cây
Nghe chim lánh lót cả ngày ngẩn ngơ
Công viên từ thuở ban sơ
Một trong sáu số đến giờ bốn hai

Hai mươi bốn con đường dài
Đạp xe đồi núi những ai thích dùng
Douthat công viên núi rừng
Cây xanh cao vút tưởng chừng đụng mây!

062423

* Từ Richmond đến công viên tiểu bang Douthat khoảng 170 miles.

Viên Đá Cuội

Cùng em bỏ phố về rừng
Nghe viên đá cuội không ngừng hát vang
Nhắm đôi mắt khẽ mơ màng
Thấy hồn đá cuội bình an chốn này

Nước trong suối chảy về đây
Cuội theo dòng nước hát say sưa đời
Xem như những cuộc rong chơi
Vui cùng tuế nguyệt thảnh thơi bên đường

Bình yên hạnh phúc yêu thương
Những viên đá cuội phong sương tận cùng
Trôi qua ghềnh thác nghìn trùng
Dập dìu lên xuống vẫn ung dung cười

Phải chi cuộc sống con người
Như viên đá cuội chín mười như không
Nhìn viên đá cuội hỏi lòng
Khi nào mới được thong dong với đời?

062523 - Douthat State Park!

Phù Vân Thi Phẩm Của Trần Quốc Bảo

Đi chơi về nhận được quà
Nâng niu nhè nhẹ mở ra tức thì
Phù Vân in đẹp mê ly
Từ bìa đến ruột rất chi hài hoà
Những vần thơ đẹp mượt mà
Một trăm bài viết thi ca để đời
Món quà ý nghĩa tuyệt vời
Cám ơn thi sĩ ghi lời tặng tôi
Tập thơ còn mới tinh khôi
Trang bìa có đám mây trôi bồng bềnh
Bức tranh Tạ Ty vẽ lên
Chân dung thi sĩ nhìn bên hoa vàng
Bông hoa trông rất dịu dàng
Có sao xiềng xích lại đan quanh mình
Một con mắt mở lung linh
Nhìn ra mây trắng khung hình lặng im
Tôi xin bạn đọc hãy tìm
Phù Vân thi phẩm từ tim kết thành!

062623

Mười Ngày Nghỉ Phép

Mười ngày nghỉ phép qua mau
Bây giờ trở lại cùng nhau đi cày
Mười ngày rong ruổi đó đây
Lên rừng lội suối ngắm mây la đà

Mười ngày nghỉ phép xa nhà
Công viên rừng núi đi qua mấy lần
Mười ngày đi mỏi đôi chân
Vượt qua trăm dặm cũng cần nghỉ ngơi

Mười ngày nghỉ phép tuyệt vời
Vợ con hạnh phúc vui chơi thỏa lòng
Ngắm sao, lướt sóng, tắm sông
Bình yên một cõi giữa dòng đời trôi

Bây giờ về tới nhà rồi
Vui chơi cũng đủ giờ thôi đi làm!

062723

Đưa Con Đi Trại Hè

Sáng đưa con tới trại hè
Chiều sang đến đón con về bên cha
Trên đường đi về đến nhà
Con khoe bạn mới tên là Kelly

Bạn con trông rất nhu mì
Con đây thích lắm khi đi trại hè
Con ngồi kể chuyện cha nghe
Miệng luôn ríu rít nói về tương lai

Trại hè dã ngoại thứ Hai
Nhờ cha ký giấy ngày mai nộp vào
Chèo thuyền, bơi lội, thể thao
Con cười vui sướng ngọt ngào nhìn cha

Miệng con vui hát ngân nga
Nhìn con hạnh phúc lòng cha vui mừng.

062823

Hoa Hướng Dương

Là hoa luôn ngẩng cao đầu
Vàng tươi sắc thắm đón chào nắng mai
Em mang trong một hình hài
Như mặt trời mọc tương lai rạng ngời

Là hoa hướng ánh mặt trời
Soi đường dẫn lối cho đời mai sau
Với lòng chung thủy ban đầu
Niềm tin ấm áp theo màu thời gian

Là hoa với muôn sắc vàng
Cho hồn ngây ngất thênh thang đất trời
Mùa hè hoa nở muôn nơi
Một vùng rộng lớn rạng ngời ánh dương

Là hoa khoe sắc thơm hương
Bướm ong lả lướt quên đường chiều bay
Tôi đang đứng trước nơi này
Mắt nhìn đắm đuối quyện say hoa vàng!

062923

Hoa Bằng Lăng

Bằng Lăng nay chớm nụ rồi
Ve sầu tấu nhạc kết đôi vợ chồng
Nắng hanh cho má thêm hồng
Bên rèm khép kín ngóng trông hè về

Bây giờ đến tuổi cập kê
Bướm ong vờn lượn si mê đợi chờ
Em nằm trong kén mộng mơ
Thình lình mưa đổ bất ngờ bung ra

Bằng Lăng vừa trổ trước nhà
Cánh hoa rất mỏng mượt mà êm nhung
Tím màu son sắt thủy chung
Gió ơi xin nhẹ kẻo chừng cánh rơi

Hóa thân con út vua trời
Do nàng vi phạm những lời vua cha
Nhà vua tức giận không tha
Biến nàng tiên út thành hoa dưới trần!

063023

Chân dung Y Thy Võ Phú qua nét vẽ, *Acrylic on stretched canvas*, của **họa sĩ Lan Augustus (7)**

THÁNG

Tôi chào tháng Bảy tiếng ve
Giữa trưa rả rích mà nghe đượm buồn
Bất ngờ trời đổ mưa tuôn
Mưa làm ướt cánh chuồn chuồn sao bay?
(Tháng Bảy Đơn Côi – Trang 207)

Tháng Bảy Đơn Côi

Tôi chào tháng Bảy vừa sang
Con đường phía trước nắng vàng phía sau
Hai bên hoa nở muôn màu
Thầy cô bè bạn cùng nhau nghỉ hè

Tôi chào tháng Bảy tiếng ve
Giữa trưa rả rích mà nghe đượm buồn
Bất ngờ trời đổ mưa tuôn
Mưa làm ướt cánh chuồn chuồn sao bay?

Tôi chào tháng Bảy hôm nay
Lá xanh, xanh quá thơ ngây vô tình
Trôi qua cơn mộng phù sinh
Ngó quanh chỉ một bóng hình mà thôi

Tôi chào tháng Bảy đơn côi
Nghe trùng dương gọi bồi hồi suy tư
Hoàng hôn lấp lánh thực hư
Còn trong tâm tưởng khư khư bóng hình...

070123

Mừng Ngày Lễ Độc Lập Hoa Kỳ

Hôm nay nước Mỹ chúc mừng
Khắp nơi rộn rã tưng bừng pháo hoa
Diễn hành sum họp vui ca
Hát bài sinh nhật thật là vui thay

Ngoài đường rợp bóng cờ bay
Tự do hạnh phúc đong đầy yêu thương
Có người lạc bước tha phương
Giờ như ghi nhận quê hương thứ nhì

Chúc mừng đất nước Hoa Kỳ
Phú cường vững chắc trị vì thế gian
Biết bao những tấm lòng vàng
Đưa tay trợ giúp cưu mang phận người

Hôm nay rộn rã tiếng cười
Chúc mừng sinh nhật vui tươi bên mình
Hoa Kỳ đất nước có tình
Mãi luôn là nước văn minh hàng đầu.

070423

Chờ Ngắm Pháo Hoa

Năm nay đi ngắm pháo hoa
Công viên Dogwood gần nhà mà thôi
Ở trên thảm cỏ ta ngồi
Đợi chờ hoa nở sáng ngời trên không

Nơi công viên người rất đông
Gia đình tụ họp ngóng trông đợi chờ
Đến khi trời tối lờ mờ
Đèn đường phụt tắt đến giờ pháo hoa

Đì đùng pháo nổ từ xa
Trên cao lấp lánh pháo hoa ngợp trời
Bông hoa xinh đẹp tuyệt vời
Cánh hoa rực sáng nhẹ rơi tứ bề

Nhìn xem hoa pháo say mê
Xuýt xoa chưa muốn đi về dẫu xong!

070523

Vợ Chồng Nghèo

Sau hè rau đắng tươi xanh
Một ô vuông nhỏ công anh vun trồng
Cháo rau đắng, cá rô đồng
Hôm qua em nấu vợ chồng cùng ăn

Trải qua những lúc khó khăn
Nhìn anh vất vả nhọc nhằn em thương
Cầu mong cuộc sống bình thường
Không còn dãi nắng dầm sương mỗi ngày

Cháo rau đắng, trái ớt cay
Đắng cay mặn ngọt đong đầy có nhau
Trăm năm tình nghĩa trầu cau
Vợ chồng vẫn giữ vững câu chung tình

Đôi ta như bóng với hình
Anh ơi em sẽ kiên trinh theo hoài
Bởi trời đã kết duyên rồi
Đắp xây hạnh phúc trọn đời bên nhau!

070623

Sau Vườn Nhà

Sau vườn đậu đũa tím dài
Lá xanh trái tím hái hoài cho em
Hôm nay anh lại thấy thèm
Thịt bò với đậu của em hay xào

Sợi dây quấn quýt leo cao
Dọc theo bờ giậu hàng rào nhà ta
Dưới đất có mấy gốc cà
Trái treo lủng lẳng thiệt là dễ thương

Hàng rau hoa củ trong vườn
Để em đỡ nhớ quê hương chúng mình
Trong hồ có đám lục bình
Đi xa về ngắm đậm tình nước non

Chiếc thuyền bé nhỏ con con
Bên hồ Sen Súng lối mòn em đi
Sau hè bụi chuối xanh rì
Rời xa vẫn nhớ khắc ghi vào lòng!

070723

Hè Bên Biển Nhớ

Chiếc cầu gỗ nhỏ đi ra
Trải dài giọt nắng đưa ta vào hè
Về đây rộn rã tiếng ve
Âm thanh vang vọng lòng nghe bồi hồi

Tháng Bảy nay đã đến rồi
Thời gian cứ mãi êm trôi từng giờ
Bên chiếc cầu gỗ nên thơ
Con đường ra biển in mờ dấu chân

Sóng hôn lên đôi chân trần
Như người tình nhỏ ân cần hỏi han
Gió reo réo rắt cung đàn
Anh theo chân gót mơ màng xuyến xao

Lao xao niềm nhớ hôm nào
Đôi bờ môi ngọt ta trao nhau cùng
Nụ hôn còn chút ngại ngùng
Em còn bỡ ngỡ thẹn thùng mắt môi.

070823 -First Landing State Park.

Niềm Vui Bên Biển

Trưa nay thả lưới gần bờ
Cá cua lẫn ốc sơ sơ nửa thùng
Ngồi bên bếp lửa bập bùng
Để nghe tâm sự cùng chung nỗi lòng

Hè về thư thả thong dong
Vui cùng nắng gió giữa dòng biển khơi
Bên em và giữa đất trời
Nghe tiếng sóng vỗ trùng khơi thì thầm

Thoáng chốc gần ba mươi năm
Từ ngày ta đã đặt chân nơi này
Mỗi hè đều trở lại đây
Để mà nhớ lại những ngày mới qua

Ba mươi năm rời quê nhà
Cũng may có biển cho ta đỡ buồn
Mỗi năm trở lại đây luôn
Trở về bên biển là nguồn niềm vui...

070923 - First Landing, VAB

Bán Cây Bạc Hà

Trồng năm mươi chậu Bạc Hà
Để lên mạng bán hôm qua hết rồi
Mỗi chậu chỉ bốn đồng thôi
Khách tới nườm nượp một hồi hết trơn

Có vị khách nọ mừng rơn
Vuốt ve chiếc lá còn hơn người tình
Nói rằng ở nước của mình
Dùng làm cây cảnh xinh xinh trước nhà

Đã tìm hơn mấy năm qua
Hôm nay bạn bán thế là mua ngay
Mua liền một lúc mười cây
Về trồng trước ngõ mỗi ngày ra coi

Tiếng Anh còn gọi Tai Voi*
Bởi vì lá giống tai voi đó mà
Dọc Mùng miền Bắc nước ta
Bún bung, dưa muối bạc hà, canh chua…

071023
*Tiếng Anh gọi là Elephant Ears.

Bản Quyền Hình Ảnh?

Rất nhiều "thi sĩ nhà văn"
Dùng hình trên mạng chẳng cần ghi tên
Xuất xứ nguồn gốc lờ quên
Bản quyền trí tuệ cũng nên ghi vào?

Tấm hình tốn biết công lao
Đầu tư tiền của với bao thời giờ
Đôi khi khoảnh khắc bất ngờ
Lúc thì chờ đợi từng giờ từng đêm

Đừng nghĩ chỉ một ảnh "mềm"
Tự nhiên dùng lấy rồi quên công người
Một dòng chữ cớ sao "lười"?
Rồi quên công sức của người tạo ra ?

Một ảnh đẹp, một cành hoa
Thêm phần lộng lẫy chan hoà vào nhau
Người dùng thêm vào một câu
Đề tên tác giả sao đâu không làm?

071123

Tháng Bảy Về

Mơ hồ tháng Bảy đã về
Tháng mênh mang lá tiếng ve hẹn hò
Nắng vàng lấp lánh bến đò
Đón đưa khách nhỏ học trò đi thi

Tháng Bảy nghe tiếng thầm thì
Những lời nhắn nhủ trước khi xa nhà
Đi đường cẩn thận con nha
Tới nơi tin nhắn mẹ cha khỏi chờ

Nhìn bên cánh Phượng xác xơ
Con đò rời bến bóng mờ xa xa
Chia tay đôi mắt lệ nhoà
Nỗi buồn vô cớ lân la lại gần

Thương cho cha mẹ tảo tần
Sớm hôm vất vả muôn phần lo âu
Quyết tâm thi cử đỗ đầu
Đền ơn cha mẹ mai sau về già...

071223 - Ảnh: Võ Tuấn

Tiễn Người
(Kính tiễn bác Năm, Tạ Mẫn)

Mỗi ngày lặng lẽ trôi qua
Tôi đây vẫn sống tà tà rong chơi
Hôm qua thăm viếng một người
Vừa hay nằm xuống chín mươi tuổi đời

Trên môi ông nở nụ cười
Vợ con cháu chắt bên người thân thương
Ngắn dài chỉ một chặng đường
Ngủ, ăn, đi, đứng từng chương nhẹ nhàng

Không ai là kẻ bàng quan
Khi đặt chân đến nhà quàn viếng thăm
Bà đi đến chỗ ông nằm
Chia tay tiễn biệt khấn thầm bên tai

Rồi bà bất chợt thở dài
Khi ông đã bỏ ngày mai một mình
Bao nhiêu năm với nghĩa tình
Phút giây tiễn biệt bóng hình còn đâu?

071323

Thương Giàn Su Su

Trên giàn những trái su non
Em cưng như trứng khi còn chưa leo
Bởi em con gái nhà nghèo
Nhớ món su luộc mang theo trong lòng

Mỗi ngày làm việc đã xong
Em về đứng ngắm trong lòng reo vui
Trên môi em, nở nụ cười
Bên giàn su nhỏ xanh tươi trái đầy

Su su to lớn từng ngày
Quê hương ký ức đong đầy tuổi thơ
Kể từ gieo hạt đến giờ
Qua hơn ba tháng để chờ hôm nay

Có người nói, em mát tay
Giàn su xanh tốt thế này thương ghê
Canh, xào, hay luộc đều mê
Khoảng trời đầy ấp hương quê chúng mình!

071423

Cơn Mưa Hạ

Mấy tuần nắng cháy rát da
Chợt cơn mưa đến thiệt là đã ghê
Cơn mưa ngập cả lối về
Vườn hoa tắm mát hả hê rạng ngời

Trước vườn hoa rụng tả tơi
Cơn mưa thấm đất khắp nơi nước đầy
Múa trong những hạt mưa bay
Bụi tre nhắm mắt mê say ngọt ngào

Hôm nay ướt đẫm mưa rào
Khung trời mát mẻ lao xao tiếng lòng
Đứng nhìn mưa đổ bên song
Giọt mưa rỉ rả theo dòng miên man

Cây hoa dâm bụt chưa tàn
Nhờ cơn mưa Hạ vừa sang trở mình
Ngày mai cây trổ hoa xinh
Cám ơn trời đã thình lình đổ mưa...

071523

Gỏi Cuốn Cuối Tuần

Rau tươi mới hái sau nhà
Luộc tôm, xắt thịt, bày ra trên bàn
Tương pha đậu phụng đàng hoàng
Ớt xanh, bánh tráng một ràng xinh xinh

Kèm thêm dĩa bún trắng tinh
Cuốn từng cuốn một rồi mình nhâm nhi
Cuối tuần chẳng biết ăn gì
Sẵn rau tươi tốt cớ chi không làm

Món ăn nguồn gốc miền Nam
Cuộn tròn đẹp mắt người phàm si mê
Dùng cho khai vị khỏi chê
Hay kèm bia bọt sẽ phê cả lòng

Món ngon lại ít tốn công
Khoảng chừng nửa tiếng là xong tức thì
Xin mời đừng có ngại gì
Cuối tuần gỏi cuốn còn chi sánh bằng!

071623

Cơm Chiều Nay

Chiều nay đi làm về nhà
Mâm cơm nóng hổi đậm đà quê hương
Biết bao tình cảm yêu thương
Luống rau cây cải trong vườn nhà sau

Rau lang xanh mướt một màu
Hái vào em luộc cùng nhau cơm chiều
Hôm nay không có gì nhiều
Cá chiên, mắm tỏi, canh riêu cua đồng

Bên nhau tình nghĩa vợ chồng
Chén cơm đạm bạc với lòng an vui
Canh đay ngon ngọt dậy mùi
Chắc là em đã lui cui cả ngày?

Nồng nàn hương vị mê say
Bữa cơm nóng dẻo đong đầy tình quê
Ơn em cho tôi chốn về
Gia đình hạnh phúc tràn trề thương yêu.

071723

Sen Hồng

Hồ Sen nho nhỏ vườn sau
Của người em tặng đã lâu lắm rồi
Năm nay chỉ một đóa thôi
Đợi chờ để ngắm trên môi sen cười

Trong hồ nhiều lá xanh tươi
Nụ hoa hồng phấn bên đời rất duyên
Này em một đóa trinh nguyên
Sắc hồng tươi thắm tự nhiên đậm đà

Dáng trông thanh tú mặn mà
Hương thơm thoang thoảng tỏa ra ngọt ngào
Đoan trang ửng đỏ má đào
Giữa hè hé nhụy dạt dào tình quê

Sáng nay ngồi ngắm say mê
Ngẩn ngơ tôi lại mơ về cố hương!

071823

Dây Sương Sâm Em Trồng

Màu xanh lục thẫm phiến xoan
Khi anh bạn tặng lúc còn tí ti
Bé như sợi chỉ cọng mì
Mấy tháng o bế giờ thì leo cao

Em mua lưới sắt làm rào
Sương sâm bi lớn khi nào được ăn?
Hôm qua vài ngọn loăn xoăn
Em cười rồi nói sắp ăn được rồi

Không tin anh cứ chờ coi
Mùa hè năm tới không mời anh đâu
Lá Sương Sâm rất nhiệm mầu
Ngoài ăn cho mát làm màu tự nhiên

Lá còn chữa bịnh như tiên
Khó tiêu, táo bón, hết liền lạ thay
Hạ sốt, giải nhiệt, thiệt hay
Ngăn ngừa cải thiện từng ngày bịnh gout.

Bây giờ anh thấy chưa nào
Còn mau không giúp rinh vào mùa Đông!

071923

Cây Bồ Đề Bạn Tặng

Bạn tặng một cây Bồ Đề
Đầu tuần bận việc làm về mới hay
Lá non mơn mởn trên cây
Trái tim sự sống từng ngày đơm hoa

Từ Bi trên lá hiện ra
Bên hòn đá cuội trắng ngà xinh xinh
Cám ơn bạn tặng cho mình
Mang theo hơi thở nhân sinh cuộc đời

Năm xưa lá che chở Người
Trên đường giác ngộ sáng ngời quang minh
Vô thường một kiếp phù sinh
Vượt qua bể khổ tử sinh kiếp người

Ngồi nhìn chiếc lá xanh tươi
Dịu dàng lá thở nụ cười từ tâm
Cám ơn tình bạn tri âm
Đã đem an lạc hoa tâm đến này!

072023

Chiều Thứ Sáu Cuối Tuần

Cuối tuần sửa soạn đi chơi
Đi về với biển nghỉ ngơi vài ngày
Mùa hè rong ruổi đó đây
Gia đình sum họp tràn đầy niềm vui

Võng, lều, chuẩn bị xong rồi
Gạo, đường, mắm, muối, xoong, nồi mang theo
Lưới, thuyền, vợt cá, mái chèo
Vợ con vui vẻ mừng reo đợi chờ

Cuối tuần ngủ bụi ngủ bờ
Ngồi quanh bếp lửa hát hò vui ca
Lửa hồng nồng ấm thiết tha
Lại nghe câu chuyện thiệt là xa xưa

Thời gian thấm thoát thoi đưa
Ba mươi năm chẵn cũng vừa đến đây
Bên nhau hạnh phúc sum vầy
Nụ cười luôn nở đong đầy bên ta!

072123

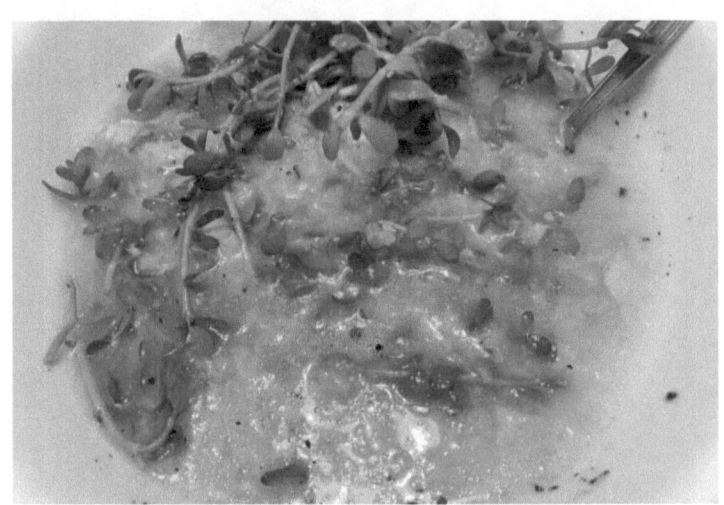

Tô Cháo Cá

Trưa nay ra biển kiếm mồi
lưới con cá sạo nấu nồi cháo ngon
rau đắng xanh mướt còn non
gia đình vui vẻ vợ con chan hoà
thơm lừng những tô cháo hoa
dẻo thơm từng hạt đậm đà ngát hương
dù đi xa cách dặm trường
món ăn quê mẹ yêu thương trong lòng
một tô cháo cá ấm lòng
niềm vui hạnh phúc vợ chồng có nhau

072223 - Ảnh: Kim P. Lê

Buổi Sáng Trên Biển

Sáng nay trên bãi cát vàng
Sóng xô bờ nước dã tràng loanh quanh
Thấy người chúng chạy thật nhanh
Trốn vào hang ổ long lanh mắt nhìn

Sáng nay ra biển một mình
Ngắm mặt trời mọc bình minh đón chào
Gió xua sóng biển rì rào
Tôi ngồi ngó biển dạt dào tâm tư

Thấy lòng trôi dạt cõi hư
Như con sóng vỗ lắc lư nỗi niềm
Bao năm tôi vẫn đi tìm
Quê hương in đậm trong tim dại khờ

Sáng nay đi dạo bên bờ
Nghĩ về cố quốc thẫn thờ nhớ thương
Tiếng ve rỉ rả thê lương
Buồn nào xóa được vấn vương trong lòng!

072323

Hoa Hướng Dương và Chim Sẻ Kim Oanh

Bông hoa Hướng Dương chín già
Đôi chim bé nhỏ ghé qua tìm mồi
Trước khi cắm trại tuần rồi
Vợ tôi có dặn anh coi hái vào

Mỉm cười tôi nói không sao
Mình còn hột giống biết bao trong nhà
Hai ngày ngắn ngủi trôi qua
Đôi chim bé tí vậy mà ăn nhanh

Mươi hoa to lớn tan tành
Không còn một hột để dành cho tôi
Hôm qua bắc ghế tôi ngồi
Chờ xem bằng được cảnh đôi chim này

Máy hình đã sẵn trên tay
Đợi chim ghé đến tôi đây chụp liền
Bay qua nhảy lại chim chuyền
Mổ vào từng hột liên miên từng hồi...

072423

Canh Rau Tập Tàng

Ra vườn hái một mớ rau
bằm tôm rồi nấu canh rau tập tàng
mồng tơi, rau muống nửa hàng
rau sam, lá lốt, rau lang, ngò tàu

rau đay, ngỗ điếc, rau trai
cải con, sâm đất, dền gai, mã đề
một tô canh của miền quê
mát lòng, mát dạ không chê chỗ nào

ớt xanh trái nhỏ dầm vào
the the đầu lưỡi không sao sánh bằng
tô canh đầy đủ chức năng
thành phần dinh dưỡng cân bằng cho nhau

chớ chê một tô canh rau
giúp cho cơ thể trước sau dung hoà
bài trừ lượng mỡ dư thừa
giảm đường, chất béo, ngăn ngừa bịnh đau!

072523

Rau Má Quê Nhà

Làm về cắp rổ ra vườn
hái rau má mọc nhớ thương anh nhiều
rau xanh dưới ánh nắng chiều
nhờ anh chăm sóc tưới tiêu mỗi ngày

Hái vào em rửa rồi xay
thêm vào tí mật ngọt thay cho đường
buổi chiều thoang thoảng mùi hương
cuộc sống giản dị bình thường mà vui

Trên môi em nở nụ cười
bên bờ rau má xanh tươi sau nhà
trầu cau kết nghĩa đôi ta
gia đình hạnh phúc chan hoà anh ơi

Về nhà cảm giác thảnh thơi
vườn rau tươi tốt khắp nơi xanh màu
cho dù đi hết năm châu
vẫn mang hình bóng đám rau quê nhà!

072623 - Ảnh: Kim P. Lê

Ly Rau Má

Uống ly rau má nàng xay
Ôi chao sảng khoái ngất ngây trong lòng
Mát từ ngoài lẫn vào trong
Lo âu căng thẳng cũng không còn gì

Trưa hè nắng nóng một ly
Thơm ngon thanh nhiệt mụn chi cũng tàn
Giảm cân hiệu quả mát gan
Tốt cho tim mạch nhẹ nhàng thảnh thơi

Một ly rau má tuyệt vời
Cho làn da đẹp sáng ngời trẻ trung
Dân gian thuốc quý để dùng
Anh trồng em hái ta chung tay nào

Sau vườn, bụi cỏ, bờ ao
Khắp miền đất nước ngọt ngào yêu thương
Ly rau má thêm tí đường
Tình quê giản dị thơm hương đậm đà!

072723

Mùa Cá Đối

Khi cơn gió chướng thân quen
là mùa cá đối mon men trở về
từng đàn cá lội bốn bề
vây vào tấm lưới thấy mê quá chừng
Dọc theo bờ biển tưng bừng
rộn ràng í ới vui mừng gọi tên
chỗ này cá nhảy phóng lên
chỗ kia cũng vậy kề bên cạnh này
Mọi người vui vẻ hăng say
nhìn theo đàn cá cả bầy trăm con
tối qua lưới bốn chục con
Đem về vợ nấu món ngon mỗi ngày
Cá chiên chấm mắm tỏi cay
đem om dưa cải hương bay ngạt ngào
hay là kho mẵn thế nào
cuốn cùng rau sống ôi sao tuyệt vời

Cá tươi béo ngọt anh ơi!

072823 - First Landing State Park.

Lưới Cá Hai

Chiều nay giăng lưới cá hai*
bỏ phố xuống biển lai rai kiếm mồi
giăng xong chờ đợi một hồi
từng con cá đối cho tôi cùng nàng

Than hồng anh nướng cho vàng
không cần gia vị cao sang rườm rà
đêm nay dưới ánh trăng ngà
cá tươi nướng mọi hít hà khen ngon

Ta ngồi nhấm nháp từng con
vị tươi thơm ngọt món ngon biển trời
thêm ly bia lạnh tuyệt vời
cuối tuần tìm đến nghỉ ngơi vài ngày

Cá tươi chấm mắm ớt cay
ăn vào một miếng ngất ngây lòng người
ngày hè ăn miếng cá tươi
lâng lâng nhớ mãi niềm vui bên nàng!

072923 –
Lưới có độ rộng khoảng hai ngón tay nên được gọi là lưới hai

Ngày Xui Đen Đủi

Tự nhiên nghe một cái ầm
chiếc xe va chạm đâm sầm từ sau
nhìn qua thì thấy rất mau
hơn năm sáu chiếc rượt nhau trên đường

Cũng may không có bị thương
người còn nguyên vẹn bình thường chẳng sao
lái xe chầm chậm tấp vào
gọi cho cảnh sát rồi trao giấy tờ

Sau hơn một tiếng đợi chờ
xe câu cũng đến thẫn thờ trèo lên
nhìn anh tài xế kề bên
nói lời an ủi hỏi tên tuổi mình

Kể anh nghe rõ sự tình
cảnh sát rượt đuổi thình lình đụng tôi
ngày cuối tháng bảy hỡi ôi
chuyện xui đen đủi lôi thôi quá chừng!

073123

Chân dung Y Thy Võ Phú qua nét vẽ, *oil on canvas*, của **họa sĩ Đào Anh Mỹ (8)**

THÁNG

Cơn mưa tháng Tám lâm râm
rau càng cua nhỏ âm thầm mọc nhanh
lá non mơn mởn mỏng manh
hình tim chóp nhọn chia thành nhánh con…
(Rau Càng Cua – Trang 243)

Thăm Nhà Mẹ Cha

Sáng nay đến thăm mẹ cha
sau vườn cây trái thiệt là đã ghê
dưa gang, bầu bí, thấy mê
khổ qua đầy trái xum xuê trên giàn

Rau tươi xanh mướt từng hàng
hồng giòn, dưa hấu, ngập tràn đầy dây
cà chua chín đỏ trên cây
nho, sung lủng lẳng tiện tay hái vào

Táo xanh còn ở trên cao
đợi chờ thu đến ngọt ngào hương thơm
xin cha hái ít ngò om
trái bầu da ếch mâm cơm buổi chiều

Nhìn vườn cây trái đáng yêu
công cha chăm sóc bỏ nhiều thời gian
lòng con cảm thấy chứa chan
cầu cho cha mẹ bình an tuổi chiều!

080123

Em, Trăng Và Bóng Mây

Đón em từ nhà bạn về
trên đường trăng sáng bốn bề trăng trôi
đến nhà em đã ngủ rồi
một mình thơ thẩn tôi ngồi ngắm trăng

Đêm nay dưới ánh trăng rằm
gió hiu hiu thổi em nằm ngủ yên
không lo lắng hay ưu phiền
nhịp nhàng hơi thở bình yên từng hồi

Nhìn em say ngủ bên tôi
nên tôi chẳng nỡ gọi lời thức em
bên nhau cuộc sống êm đềm
thắm tình đôi lứa càng thêm mặn nồng

Men yêu ấp ủ vợ chồng
ngẩn ngơ tôi ngắm trăng hồng đêm nay
lòng tôi ngây ngất men say
em, trăng, và cả bóng mây trên đầu!

080223

Mùa Sen Ở Kenilworth

Mùa hè ghé đến thủ đô
ngắm hoa sen nở trong hồ ngát hương
năm sau ốc đảo bên đường
tán cây che bóng soi gương giữa trời

Rùa già nhắm mắt nghỉ ngơi
hải ly xây dựng cơ ngơi của mình
chuồn chuồn đôi mắt lung linh
chú chim sáo sậu gọi tình đắm say

Gió khiêu vũ với vầng mây
xạc xào qua những tán cây thông già
áo dài khoe sắc lượt là
má hồng dáng ngọc kiêu sa mỉm cười

Hoa, người chan chứa rạng ngời
biết bao ánh mắt chơi vơi thẫn thờ
tô hồng trang điểm ý thơ
tôi về dệt những mộng mơ giữa ngày!

080323 - Kỷ niệm một năm thăm vườn Sen ở Kenilworh Park & Aquatic Gardens, Washington D.C..

Sáng Thứ Bảy Em Đi Làm Sớm

Hôm nay thứ Bảy rồi à
nhưng em thức dậy rời nhà hừng đông
một mình lặng lẽ trong phòng
nằm nghe tiếng gió thấy lòng buồn hiu

Một ngày thứ Bảy bao nhiêu
để anh đơn lẻ đăm chiêu thẫn thờ
rời nhà chỉ mới năm giờ
cuối tuần thơ thẩn đợi chờ tim đau

Một ngày thứ Bảy thật lâu
thời gian dài ngắn bao lâu vô hình
sáng nay nắng đẹp lung linh
con chim cu đất gọi tình nỉ non

Còn anh chờ đợi mỏi mòn
lơ ngơ chẳng biết cho con ăn gì
sáng nay dậy sớm em đi
thời gian có lẽ chậm rì trêu ngươi!

080523

Tô Canh Chua

Canh chua bỏ ớt đầm me
nhớ ngày tháng cũ mùa hè năm nao
buổi trưa câu cá bờ ao
câu con cá chốt đem vào nấu canh

Ra chợ mua ít lá hành
lát thơm, húng quế, ớt xanh, bạc hà
ngò gai, đậu bắp, giá, cà
rau ôm, me, khế, dăm ba ớt nồng

Tô canh chua, ấm cả lòng
chua, cay, thơm, ngọt, mặn, nồng tình quê
hớp vào một miếng khỏi chê
canh chua cá chốt sẽ mê tới già

Trôi theo ngày tháng năm qua
tô canh chua cá thiệt là khó quên...
Hôm nay đậu bắp vừa lên
trong vườn có sẵn cho nên nấu liền!

080623

Chuyện Không Vui

Mấy ngày cứ chạy lòng vòng
cái chuyện xe cộ mà lòng không yên
tự nhiên cảm thấy buồn phiền
giấy tờ, bảo hiểm, mà điên cả đầu

Không biết phải đợi bao lâu
năm tháng xui xẻo thi nhau ùa về
dường như mọi việc lề mề
chỉ một tờ giấy rà rề hổm nay

Gọi phôn chờ đợi mỗi ngày
không nghe tin tức thế này thì sao
chờ vơ không biết đường nào
thôi thì phải đợi chứ sao bây giờ!

080723

Rau Càng Cua

Cơn mưa tháng Tám lâm râm
rau càng cua nhỏ âm thầm mọc nhanh
lá non mơn mởn mỏng manh
hình tim chóp nhọn chia thành nhánh con
Càng cua thân nhớt hơi giòn
rau tươi bóp giấm món ngon tuyệt vời
như câu hát tựa bao đời
càng cua thương nhớ ôi lời thân thương
Cơn mưa tháng Tám sau vườn
càng cua xanh mướt chẳng ươn hay trồng
bón phân chăm sóc cũng không
mỗi ngày một lớn bên đồng cỏ hoang
Bữa cơm thanh mát thơm ngon
có nhiều dinh dưỡng và còn dễ ăn
Đông Y chữa bịnh như rằng
viêm gan, giải độc, đau răng, tháo đường...

Càng cua, càng mến, càng thương
đi xa luôn nhớ quê hương chúng mình!

080823

Lẩu Gà Lá É

Phú Yên lá é lẩu gà
món ăn dân dã lan ra mọi miền
hương thơm ngào ngạt dễ ghiền
khi trời se lạnh bình yên quê nhà

Cay cay mặn mặn đậm đà
vị thanh thơm ngọt từ gà hầm nên
thịt dai không bở nhưng mềm
thơm mùi lá é lại thêm măng rừng

Lẩu gà lá é đặc trưng
chấm vào mắm ớt xiêm rừng khó phai
nhấp ly bia lạnh lai rai
tuyệt vời mỹ vị nhớ hoài về sau

Cuối tuần ta lại bên nhau
Lẩu gà lá é gật đầu anh khen!

0809023

Chuyện Tình Mưa và Lá

Sáng nay mưa rớt xuống trần
lá nâng niu lắm những dòng nước tuôn
vắng mưa cây lá rất buồn
sầu khô héo úa nỗi buồn miên man

Xót xa chiếc lá héo tàn
phút giây sinh tử đã mang vào mình
cơn mưa đến như người tình
lá ôm quấn lấy bóng hình bên nhau

Ngày hè lá đợi chờ lâu
nhưng mưa chẳng thấy u sầu trăm năm
mưa bên chiếc lá thì thầm
trơn tru ẩm ướt lá nằm bên mưa

Hôm nay lá mãi say sưa
rung lên từng đợt bên mưa thiên đường
lá mưa ong bướm ngoài vườn
nhấp nhô từng nhịp dễ thương vô cùng!

081023

Thứ Sáu Cuối Tuần, Ta Đi Thôi

Cuối tuần ta lại đi thôi
trở về với biển vùng trời bình yên
tạm quên những chuyện ưu phiền
bắt cua, bắt cá, thiên nhiên tuyệt vời

Cuối tuần ta lại nghỉ ngơi
ngồi bên bếp lửa cùng người trăm năm
dưới cây mắc võng em nằm
đôi câu chuyện phiếm xa xăm thuở nào

Cuối tuần đêm đến ngắm sao
sóng xô bờ cát rì rào nên thơ
đêm nay dưới ánh trăng mờ
mây trời biển nước cõi mơ rất tình

Cuối tuần ta ngắm bình minh
chân trần trên cát bóng hình em yêu
cùng nhau qua hết buổi chiều
đợi chờ trời lặn có nhiều cá tôm!

081123 - *First Landing, Virginia Beach*

Hoàng Hôn Trên Biển

Từng cơn sóng vỗ rì rào
hoàng hôn còn chút trên cao lưng trời
em cười nhặt nắng chiều rơi
mây vờn ngọn cỏ lả lơi nửa chừng

Cam vàng ửng đỏ sau lưng
mong manh tà áo ngập ngừng thon thon
ta nghe những tiếng cười giòn
một, hai, ba .. nhảy mẹ con vui đùa

Gió lơi ngọn tóc đong đưa
mái chèo gõ nhịp nước khua xa dần
nhịp nhàng em dạo bước chân
ta nghe em gọi khi gần khi xa

Bên nhau một buổi chiều tà
vợ con vui vẻ của gia đình mình
nghe lòng ấm áp đậm tình
ráng chiều soi bóng lung linh êm đềm!

081223 - Ảnh: Kim P. Lê

Không Đành Rời Xa

Cuối tuần với những trận cười
chiếc xuồng bé nhỏ hai người trèo lên
lắc lư theo sóng bấp bênh
vô tình lật úp người bên ngã nhào

Quanh ta tiếng sóng rì rào
mỗi khi hè đến nôn nao trong lòng
nay về với biển mênh mông
niềm vui trở lại chờ mong bao ngày

Gió lùa mái tóc bay bay
lim dim đôi mắt nơi này xuyến xao
biển thương bóng nắng nghiêng chào
sóng hôn bờ cát dạt dào miên man

Ve sầu tấu nhạc râm ran
tiếng ru yên ả bình an trong lành
mây trời biển nước xanh xanh
cuối tuần hạnh phúc không đành rời xa!

081323

Hoa Khổ Qua

Bướm kia lượn tới lượn lui
con ong rình rập đã chui vào rồi
trưa hè thấm giọt mồ hôi
bên nhau quấn quýt ghép đôi trên giàn

Bông hoa năm cánh nhuộm vàng
ong bầu ve vãn rộn ràng cùng hoa
cuộc vui rồi cũng đi qua
để bao nỗi đắng khổ qua vướng sầu

Cùng chung nhà họ bí bầu
sống vùng nhiệt đới dãi dầu nắng mưa
con ong chăm chỉ say sưa
gió lay cánh mỏng đong đưa rất tình!

081423

Cơm Nhà Nghèo

Mười lăm chưa nhận được lương
nhà không cá thịt ra vườn hái rau
rau lang, ngò rí, ngò tàu
su su, ớt hiểm, một màu xanh xanh

Với tay ngắt ba lá hành
luộc hai quả trứng là thành bữa cơm
trứng nhà béo ngậy và thơm
dầm thêm ớt hiểm xanh giòn nồng cay

Su su lủng lẳng trái đầy
xào qua hành tỏi hương bay ngạt ngào
rau lang luộc chấm với chao
bữa cơm đạm bạc miễn sao no lòng

Mâm cơm tình nghĩa vợ chồng
sau vườn rau sạch nhà trồng ai ơi
cơm nhà nghèo, rất tuyệt vời
bữa cơm ngon miệng nên xơi hết rồi!

081523

Nhớ Có Lần...

Nhớ lần hai đứa đi chơi
viếng thăm Đà Lạt những nơi hữu tình
con đường vắng vẻ với mình
nắng trưa trải nhẹ lung linh trên đầu

Nhớ lần hai đứa cùng nhau
ghé bên quán nước vườn dâu ven đường
có cô chủ quán dễ thương
mời ly chanh mát thơm hương ngọt ngào

Hây hây ửng đỏ má đào
giữa trưa nắng nóng ngọt ngào hương chanh
nơi đây gió mát yên lành
lim dim mí mắt tơ mành có đôi

Nhớ lần hai đứa mình ngồi
ngắm hoàng hôn xuống trên đồi Mộng Mơ
ráng chiều ửng đỏ nên thơ
tình ta một cõi đến giờ chưa quên!

081623

Con Đến Trường Đón Chào Bạn Mới

Hôm nay con đi đến trường
áo quần tươm tất dễ thương quá chừng
con trong ban nhạc chào mừng
trống kèn nghênh đón tưng bừng rộn vang

Bạn bè từng lớp từng hàng
lòng nghe phơi phới xôn xang tựu trường
năm ba con đã tỏ tường
thế nên đón bạn tới trường hôm nay

Cờ reo theo gió tung bay
vui cười hớn hở của ngày đầu tiên
bao nhiêu lo lắng nỗi niềm
đón chào buổi học của niên học này

Bạn bè cùng nắm bàn tay
hát vang khúc nhạc mừng ngày đông vui
thầy trò nô nức tiếng cười
một năm học mới thành người vẻ vang.

081723

Rau Lang

Rau lang trổ ngọn non xanh
đi làm em gọi nhờ anh hái giùm
cà chua chín đỏ từng chùm
hái thêm vài trái sau lùm đậu quyên

Chiều về lấy cá em chiên
rau lang đem luộc ăn liền khỏi tanh
nước rau em lấy làm canh
dầm cà chua chín vắt chanh ta dùng

Vui buồn sướng khổ chia cùng
thương nhau trọn kiếp thủy chung câu thề
vì anh em phải xa quê
nhớ thương khắc khoải chưa về nhà thăm

Mới đó thoáng đã mười năm
quê hương còn mãi xa xăm nơi nào...

081823

Nhớ Một Thời

Hôm nay đi coi bóng chày*
trò chơi cuộc sống của ngày trẻ thơ
bao lần la hét reo hò
chín phiên thay đổi sao cho điểm nhiều

Thế là đã hết buổi chiều
đội khách thua cuộc buồn hiu về nhà
sau cùng màn đốt pháo hoa
âm thanh ánh sáng nở ra rạng ngời

Khói mù phủ kín khoảng trời
ngửi mùi khói pháo nhớ thời xa xưa
mỗi năm đến buổi giao thừa
chợt nhiên nhớ lại năm xưa nghẹn lòng

Một thời kỷ niệm rêu phong
tìm viên pháo lép long nhong xóm làng
hôm nay đầu óc miên man
tôi như quay ngược thời gian trở về.

081923 -Trận bóng chày giữa hai đội Harrisburg Senators và Richmond Flying Squirrels

Ngày Đầu Năm Học

Hôm nay trời nắng đẹp tươi
áo quần tươm tất em vui đến trường
ngày đầu khai giảng thân thương
chim ca hoa nở gió vương trên cành

Em đi dưới bóng cây xanh
miệng cười chúm chím hát thành lời ca
ngày hè giờ đã rời xa
đón chào năm mới thiệt là vui thay

Mỗi năm cứ đến ngày này
lòng luôn náo nức đắm say tuyệt vời
em đang từng bước vào đời
tương lai tươi sáng rạng ngời năm châu

Ngày hè giờ đã qua mau
hôm nay trở lại chào nhau vui mừng
bạn bè gặp lại vui cùng
vui như ngày hội tưng bừng hân hoan.

082123

Xưa và Nay

Khi xưa thái tử từ ngôi
đi tìm chân lý để rồi ngộ ra
không ngừng chiến đấu tà ma
là đấng giác ngộ thành ra cứu đời

Ngày nay đạo Phật chơi vơi
nhà sư doanh quốc coi trời bằng vung
trong tay nắm trọn một vùng
ngai vàng chễm chệ tưng bừng cờ hoa

Ngôi chùa rộng lớn nguy nga
thêm nhiều "kỷ lục" xa hoa trên đời
còn hơn cung điện vua rồi
phụng rồng chạm trổ ghế ngồi của sư

Thương cho thế hệ vô tư
đầu óc, tâm trí thêm ngu muội dần
tự mình là bậc thánh nhân
thu gom tiền của giành phần riêng sư!

082223 - Chùa Ba Vàng. Ảnh: internet.

Đưa Con Đi Học

Ngày hè giờ cũng rời xa
bằng lăng rụng cánh phôi pha úa tàn
những cánh mỏng, rơi khẽ khàng
ve sầu cũng hết thở than bồi hồi

Đưa con đi học lại rồi
thấy lòng trống vắng khoảng trời mênh mông
xa con mẹ thấy nao lòng
chia tay bịn rịn buồn không nỡ nhìn

Ra về mẹ lại lặng thinh
căn nhà trống trải chỉ mình mẹ thôi
con giờ khôn lớn hết rồi
vui buồn lẫn lộn trong đôi mắt người

Chơi vơi nghe tiếng ngậm ngùi
từng dòng ký ức tiếng cười trẻ thơ
ấu thơ cho đến bây giờ
chia tay vẫn khóc mắt mờ ướt mi…

082323

Khổ Qua

Sáng nay tưới nước vườn rau
khổ qua lủng lẳng với màu tốt tươi
trên giàn có trái chín mùi
cũng chờ đã đủ mười mươi ngày rồi
Giờ thì ta hái vào thôi
lấy hột làm giống đem phơi để dành
đưa tay định hái không đành
vội vàng chụp lại khoe quanh bạn bè
Bây giờ cũng đã cuối hè
khổ qua kết trái nằm che kín giàn
khổ qua chịu lắm trái ngang
người yêu người ghét không màng đụng tay
Đắng lòng cam chịu đong đầy
sinh ra da dẻ chẳng may sần sùi
khổ thân số phận ngậm ngùi
nhưng nào than trách vẫn vui với đời
Khổ qua rất đỗi tuyệt vời
nấu canh, xào, gỏi, hay phơi làm trà
giảm cân, giữ dáng, sáng da
tăng cường thị lực giúp ta nhìn đời!

082423

Nhớ Về Nhau Bên Dòng Rappahannock

Tiếng đàn vang vọng bên sông
nắng chiều buông nhẹ chìm trong mắt nàng
nắng xuyên qua chiếc lá vàng
bừng trên mái tóc anh càng ngẩn ngơ

Lao xao sóng vỗ vào bờ
trải lòng anh ngẫm vần thơ tặng người
em vui gửi lại nụ cười
lòng anh rộn rã vui tươi trọn đời .

Bên em thật là tuyệt vời
bao nhiêu phiền muộn cũng rời đi ngay
cám ơn em đến mỗi ngày
cho nhau nồng ấm, đắm say tình nồng

Bên nhau tình nghĩa vợ chồng
như men rượu ngọt độ nồng càng tăng
và ta đã hứa nhau rằng
luôn gìn giữ mãi lúc thăng trầm đau!

082523

Ý Hợp Tâm Đầu

Cuối tuần dậy sớm cùng nhau
hái dưa, ngắt đậu, cắt rau, đào gừng
dưa gang chín mọng thơm lừng
khổ qua xanh mướt không ngừng ra hoa

Rau lang, rau má, bạc hà
ngò om, rau đắng, bao la đầy vườn
nhìn vườn rau quá dễ thương
mồng tơi, đậu đũa ven tường mà leo

Thương em không sợ khổ nghèo
bên con thuyền nhỏ chống chèo trải qua
cho dù bão tố phong ba
bên nhau hạnh phúc đôi ta yên bình

Trăm năm chồng vợ chung tình
phải duyên nên vẫn bóng hình bên nhau
hai ta ý hợp tâm đầu
cùng chung sở thích trồng rau quê nhà!

082623

Chuyện Hôm Nay

Sáng nay mua được bộ bàn
nếu mua còn mới bạc ngàn chẳng chơi
tôi mua với giá rất hời
chỉ vài ba chục tuyệt vời lắm thay

Đem về chùi rửa cả ngày
để khô sơn lại mới ngay tức thì
nàng cười tủm tỉm mỉm chi
nàng khen đẹp lắm chắc vì thương tôi

Chiều nay kéo ghế tôi ngồi
ngắm hoàng hôn xuống để rồi mộng mơ
bên nàng tôi đã làm thơ
một bài sáu tám khù khờ rất quê

Mong là nàng đọc không chê
bài thơ con cóc ngô nghê quá chừng
đọc xong nàng lại ngập ngừng
tào lao mà cũng xem chừng vui vui!

082723

Phóng Sanh?

Đâu cần ai phải phóng sanh
chim trời, cá nước, yên lành thảnh thơi
nhân danh làm phước với đời
cớ sao bắt nhốt chim trời tự do

Con người đủ cớ lắm trò
bắt rồi lại thả sao cho thiệt nhiều
dối gian viện cớ đủ điều
Từ Bi, Hỷ Xả, mà điêu trong lòng

Chim kia bắt nhốt vào lồng
cá kia dí điện ròng ròng không tha
ngày nay sư sãi hóa tà
trên người khoác áo cà sa dệt vàng

Phóng sanh bớt tội nhân gian
hay là tàn sát hàng ngàn sinh linh
khi xưa Phật độ chúng sinh
ngày nay sư sãi tưởng mình là vua!

082823

Tiếng Còi Tàu

Nửa khuya nghe tiếng còi tàu
mơ màng ngái ngủ buồn đâu trở về
tôi giờ lạc mất thôn quê
tiếng tàu xé nát não nề tâm can

Buồn thương nước mắt hai hàng
như nghe tiếng vọng khai hoang đỉnh sầu
tôi ở đâu, hay về đâu
đêm khuya thao thức trước sau đong đầy

Tôi nào có phải cỏ cây
cũng xương cũng thịt quanh đây nỗi buồn
nửa khuya như kẻ mất hồn
trở về từ cõi mồ chôn vô hình.

082923

Tình Cờ Thu Đến

Sáng nay thu đến tình cờ
gió qua lành lạnh sương mờ nhẹ bay
lá xanh run rẩy trên cây
thoảng nghe tiếng thở quanh đây thật buồn

Xa xa vang vọng tiếng chuông
bướm kia đánh thót hết hồn bay cao
đài sen rớt hạt xuống ao
cá vàng đớp vội lao xao ngỡ ngàng

Bâng khuâng sóng nước nhịp nhàng
giọt sương đọng lại bên màng nhện thưa
trên cành chiếc lá đong đưa
trước sân vài chiếc cũng vừa rời cây

Tình cờ thu đến hôm nay
trời không chút nắng và mây ngang đầu
miên man một chút gợn sầu
nhớ về cố xứ chợt đau trong lòng!

083123

Chân dung Y Thy Võ Phú qua nét vẽ, *Acrylic and Gouache on paper*,
của **họa sĩ** *Ái Linh Công* **(9)**

THÁNG

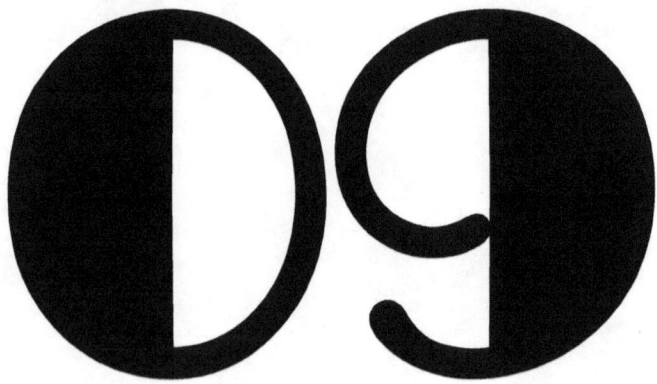

Tháng Chín gió lạnh se se
thổi đi cơn nóng mùa hè nơi đây
nghe từng chiếc lá trên cây
trở mình thay áo vàng bay bên đường
(Tìm Lại Thu Xưa – Trang 273)

Đêm Đầu Thu Ở Hồ Anna

Trăng xanh soi sáng bên thềm
bên rừng gió thoảng êm đềm nhẹ rơi
cùng chung tiếng mộng cuộc đời
đôi ta dạo bước khoảng trời đầu thu

Tôi nghe có tiếng gió ru
giao mùa lá đổ vi vu bên đàng
ánh trăng soi chiếc lá vàng
trôi theo ngày tháng thênh thang mặn nồng

Chiều qua em đứng bên sông
nhớ về quê cũ mà lòng lặng thinh
cũng may không thấy lục bình
nếu không em khóc cho tình tôi đau...

090123

Sinh Nhật Nàng

Hôm nay sinh nhật của nàng
kim cương không chịu tặng vàng thì sao
vàng ròng anh tặng hai oz*
để em làm vốn thế nào hả em

Hôm nay trăng sáng bên thềm
bập bùng bếp lửa êm đềm du dương
bạn bè chúc tụng thân thương
theo nhau lên núi cung đường lá rơi

Bao câu thương nhớ nàng ơi
nâng ly rượu ngọt bên đời có nhau
này em tình đã khắc sâu
như là duyên kiếp nhiệm mầu trăm năm

Hôm nay dưới ánh trăng rằm
đường trần từng bước thăng trầm trải qua
nhìn em dưới ánh trăng ngà
người tôi điên đảo như là đang say!

090223
1 ounce(oz) = 8.3 chỉ vàng

Cùng Em Bên Hồ Anna

Cùng em một sớm quanh hồ
rì rào sóng nước vỗ bờ nhẹ ru
nơi đây trời đã vào thu
lá vàng rơi khẽ, sương mù bay bay

Cùng em tay nắm lấy tay
khoan thai đếm bước ngất ngây tâm hồn
ta theo chân gót lối mòn
đổ nghiêng theo dáng thon thon bên đường

Cùng em ở cõi vô thường
mỗi ngày viết lại từng chương cuộc đời
thương thương nhớ nhớ đầy vơi
tuổi càng cao lớn thảnh thơi khôn cùng

Cùng em xuống biển lên rừng
để nghe tiếng gió nghìn trùng miên man
nơi đây bao chiếc lá vàng
tình ta sau trước ngập tràn không vơi!

090323

Bỏ Phố Về Rừng

Ba ngày bỏ phố về rừng
thấy lòng tự tại ung dung thanh nhàn
nơi đây vui thú ngút ngàn
không lo không nghĩ không than chuyện đời

Trong dòng nước mát ta bơi
đến khi chiều xuống ngắm trời bình yên
xóa tan những lúc muộn phiền
tạm quên phố thị kim tiền âu lo

Ngồi bên bếp lửa chuyện trò
kể nghe câu chuyện hẹn hò năm nao
nhìn nhau ánh mắt ngọt ngào
tuy không lời nói nhưng bao la tình

Nơi đây một cõi yên bình
nhởn nhơ muôn thú hòa mình cùng nhau
đêm về ru giấc ngủ sâu
không cơn mộng mị trước sau thở đều!

090423

Hoa Bìm Bìm

Mỏng manh môi tím chào nhau
Mỉm cười e ấp lần đầu biết hôn
Con ong bé nhỏ hết hồn
Giật mình lo sợ bồn chồn bay cao

Hoa kia mọc ở bờ rào
sương đêm ướt nhụy nhìn sao chạnh lòng
thu về nắng nhạt bên song
dây xơ xác lá hồn rong rêu buồn

Ra đi mình nhớ lệ tuôn
long lanh như mắt chuồn chuồn ngác ngơ
quấn quanh bờ giậu cành hờ
để cho con nhện giăng tơ bắt mồi

Sáng nay thu đến thật rồi
một cơn gió nhẹ thổi trôi bên đường
cuốn theo giấc mộng vô thường
hương nồng tìm đến ở phương trời nào?

090523

"Giậu Đổ Bìm Leo"

Vuốt ve những sợi lông mềm
sáng chưa tỉnh giấc êm đềm còn say
lâng lâng đầu óc cuồng quay*
bên nhau quấn quýt cả ngày lẫn đêm...

Mỏng manh cánh lá hình tim
thế gian đã gọi em bìm bìm leo
có câu tục ngữ kèm theo
cho rằng "giậu đổ bìm leo" thế này:

Hàng giậu sừng sững lâu ngày
không muốn phủ kín bởi dây hoa bìm
rồi cơn mưa bão nhấn chìm
đôi chân hàng giậu yếu mềm ngã đi

Nhờ mưa hoa nở vừa thì
sinh sôi bám lấy thị uy được đà
không còn hàng giậu ngăn gà
thôi thì cứ để họ nhà ta leo!

090623
* *Hạt hoa Bìm Bìm có chứa chất lysergic acid amide, một chất gây ảo ảnh quay cuồng...*

Tìm Lại Thu Xưa

Tháng Chín gió lạnh se se
thổi đi cơn nóng mùa hè nơi đây
nghe từng chiếc lá trên cây
trở mình thay áo vàng bay bên đường

Thiên nhiên thay đổi lẽ thường
mỗi mùa mỗi nét sắc hương ngọt ngào
mùa thu gió thổi lao xao
cõi lòng thi sĩ dạt dào ý thơ

Mùa thu nào cũng mộng mơ
dăm câu sáu tám vu vơ mấy vần
Thu xưa in những dấu chân
ta giờ tìm lại những lần qua đây!

090723

Ngày Khai Trường

Sáng nay rạo rực trong lòng
khi ngày khai giảng chờ mong bao ngày
trường tôi đã nghỉ ba năm
khi mà dịch bệnh âm thầm ghé qua

Tôi nhớ những tiếng ê a
vui cùng bạn nhỏ hát ca vui đùa
sáng nay ngọn gió giao mùa
chớm thu mát mẻ gió lùa quanh sân...

Thầy cô chu đáo ân cần
mấy tuần chuẩn bị bao lần họp qua
đặt mua bộ sách giáo khoa
lau chùi phòng ốc thiệt là thơm tho

Sân trường chim hót líu lo
chào năm học mới thầy trò cùng nhau
hôm nay là buổi học đầu
nên tôi sửa soạn cắt đầu tóc ni...

091023

Thu Thương Nhớ

Hôm nay trời đã vào thu
đưa con đi học sương mù giăng giăng
mây theo gió lượn bay quanh
tiết trời man mác trong lành đường quê

Hôm nay thu đã trở về
thầm thì lời lá bốn bề chơi vơi
bên đường chiếc lá vàng rơi
khẽ khàng bay nhẹ dòng đời lãng du

Lặng thinh một thoáng hoang vu
tôi nghe như thể tiếng ru bên đàng
trước sân nhặt đóa hoa tàn
dáng hoa ủ rũ thênh thang cõi lòng

Hương thu thêm chút say nồng
cho tôi ngơ ngẩn mênh mông tâm hồn
sao thu không giấu nỗi buồn
nghe rưng rức nhớ mãi còn quanh đây!

091123

Một Mùa Thu Nữa

Lá thu từng chiếc dịu dàng
như ngàn cánh bướm nhẹ nhàng bay qua
tôi ngồi đếm lá sau nhà
nghe lòng man mác tỏa ra đượm buồn

Nhớ xưa lòng thấy bâng khuâng
nhớ thương xen lẫn vô ngần nỗi đau
tưởng rằng quên hết từ lâu
Hạ đi cùng với ve sầu biệt ly

Có sao giữ mãi làm chi
bao ngày mòn mỏi khắc ghi trong lòng
hãy cho vào khoảng hư không
cho giấc mơ ngủ vào trong thu vàng

Ru cho trọn mộng nhân gian
một mùa thu nữa như đang vừa về
thì thầm lời lá bốn bề
ta đang say tỉnh cơn mê thu nào?

091223

Bếp Lửa Chiều Nay

Thu sang hơi lạnh từ trời
cùng em đốt lửa hong đời ấm êm
bập bùng ánh lửa trong đêm
đôi ta viễn xứ nỗi niềm như nhau

Thu sang lá cũng đổi màu
trời vừa se lạnh có nhau ấm lòng
anh khơi lại bếp lửa hồng
để ta luôn mãi mặn nồng sắt son

Thương em sau trước vẹn tròn
đôi tay chăm sóc chồng con mỗi ngày
tình em cháy khúc mê say
bừng lên ánh mắt ngất ngây rạng ngời!

091623

Đi Chùa

Đi chùa em mặc áo lam
Cho tôi ngơ ngẩn xác phàm nhìn theo
Chút thân cỏ dại bọt bèo
Nên tôi chẳng dám trèo leo cạnh nàng

Trong ngày tiết lễ Vu Lan
Tội này xin giữ tôi mang bên mình
Thấy thương không thể làm thinh
Nên xin theo cạnh cho tình chút thôi

Ngờ đâu đã lỡ thương rồi
Dẫu thân cỏ dại lên ngôi thiên hoàng!

091723

Hoa Mai Tứ Quý Bên Chùa Huệ Quang

Mỗi năm đơm nụ bao lần
Bốn mùa hoa nở muôn phần xinh tươi
Thu sang hoa vẫn luôn cười
Màu vàng năm cánh bao người si mê ...

Nhìn hoa cứ ngỡ xuân về
Sắc vàng sắc đỏ chẳng hề kém phai
Nhẹ nhàng duyên dáng khoan thai
Bóng hình non nước nhớ hoài trong tim

Sân chùa thanh tịnh lặng im
Có cành lộc biếc im lìm nghe kinh
Hồn hoa viễn xứ điêu linh
Gió thu man mác nụ tình gửi trao

Hoa vàng đẹp đẽ thanh tao
Niềm tin hy vọng khát khao bên đàng
Đem niềm vui tới nhân gian
Hoa cười duyên lắm... Mai vàng tôi yêu!

091823

Vào Thu

Mùa này hoa Cúc nở bông
gió như man mác bềnh bồng trong mây
mướp hương kết trái trên dây
chuồn chuồn nhớ nắng nên bay lờ đờ

Sóc rừng đôi mắt ngẩn ngơ
trái hồng vừa chín lơ thơ trên cành
giọt sương đọng lại long lanh
trên màng tơ nhện buông mành nằm im

Quấn quanh hàng giậu hoa Bìm
bông hoa sắc tím lá tim dịu dàng
một cơn gió thổi nhẹ nhàng
hương thơm dìu dịu bên hàng Cúc Tiên!*

091923
Fragrant Angel Coneflower - Echinacea *purpurea*

Quả Gì?

Tên em đẹp tựa như hoa
Thu về chín đỏ làn da căng tròn
Giòn mềm khi chín đều ngon
Tám mươi, mười tám, trẻ con ưa cùng.

092023

Hoa Giấy Nhà Tôi

Đầu xuân đi chợ mua hoa
Em mua một chậu về nhà trồng chơi
Mỏng manh đơn giản hợp thời
Để em nhớ đến ở nơi quê nhà

Khó khăn giông bão vượt qua
Kiên cường mạnh mẽ khó mà lung lay
Hoa mang ý nghĩa sum vầy
Tiền tài may mắn hoa này đẹp xinh

Nông thôn thành thị hòa mình
Đất khô cằn cỗi lung linh sắc màu
Ngày Hè nắng không bạc màu
Nay thu vừa đến không nhàu cánh phai

Tên nghe rất mỏng, nhiều gai
Nhưng mà bền bỉ dẻo dai khắp đường
Tượng trưng ý chí kiên cường
An yên, hạnh phúc, khiêm nhường thấm sâu!

092123

Tết Trung Thu Của Em

Thầy cô sửa soạn lồng đèn
Để em thắp sáng trong đêm trăng rằm
Vào ngày tháng Tám mười lăm
Cho em nhìn thấy chị Hằng trên cao

Tay em với đèn ông Sao
Thơ ngây hỏi mẹ vì sao trăng tròn
Mẹ cười rồi trả lời con
Trăng tròn và sáng để còn vui ca

Hôm qua đi chợ mua quà
Bánh Trung Thu nướng tặng bà cùng ông
Em thì vui sướng trong lòng
Hân hoan đón Tết Nhi Đồng năm nay

Kéo co, cút bắt, nhảy dây
Long lanh đôi mắt đỏ hây má đào
Nhìn vầng trăng sáng trên cao
Hoà chung khúc nhạc xuyến xao khắp vùng.

092223

Bắc Mỹ Vào Thu

Hôm nay Bắc Mỹ vào thu
Mưa rơi rả rích âm u mây trời
Bên ngoài cây lá tả tơi
Ngồi nhìn những hạt mưa rơi bên thềm

Miên man nỗi nhớ dài thêm
Tiếng rơi lộp độp nỗi niềm mông lung
Đong đầy những nỗi nhớ nhung
Khi mưa nặng hạt trên khung cửa buồn

Cơn mưa trôi chảy thành nguồn
Tim se sắt lạnh trào tuôn lệ sầu
Thời gian cho lá đổi màu
Tuổi đời chừng cũng qua mau xứ này!

092323

Trung Thu Dịu Dàng

Trung Thu đến thật dịu dàng
pha bình trà nóng cùng nàng nhâm nhi
sau vườn lá dứa xanh rì
cho vào vài cọng tức thì thơm ngon

Bánh Trung Thu nướng vỏ giòn
béo bùi thơm ngọt vẫn còn trên môi
Trung Thu đến thật tuyệt vời
cùng em ôn lại tiếng cười hôm qua

Trở về thơ ấu thật xa
nhảy dây, banh đũa, hát ca, rước đèn
bạn bè gặp mặt đều khen
nhìn sao hạnh phúc thấy ghen quá chừng

Em cười e thẹn ngập ngừng
chắc vì duyên phận nên chừng gặp nhau!

092423

Thu Bên Vườn Nhà

Lung linh ánh nắng chiều tà
sau vườn một sợi khổ qua cuối mùa
xuyên qua khe hở gió lùa
vẫn còn luyến tiếc đẩy đưa bên giàn

Ngồi đây tôi thấy mùa sang
gió se se lạnh lá vàng rơi rơi
Thu vừa lưng lửng lưng trời
quanh tôi dìu dịu chơi vơi chập chùng

Chim kêu ríu rít bên rừng
khi nghe lá rụng tưởng chừng nhánh khô
núp bên tàu chuối xác xơ
nhện đen vừa dệt lưới tơ bắt mồi

Hạ rời thu đến đây rồi
gió chiều se sắt vàng rơi vương đầy
mùa tàn đành để lá bay
và thì mùa nhớ hôm nay đã về!

092523

Cõi Thu

Ngoài sân những giọt mưa sa
trời không chút nắng hồng hoa bần thần
thời gian hư ảo phù vân
đôi môi còn đọng mấy phần chưa nguôi

Này em quả táo chín muồi
rừng xưa mê hoặc xa xôi gọi chào
mấy năm như tưởng hôm nào
lá thu vàng xuống bước vào mộng mơ

Này em duyên dáng nên thơ
bốn mùa ta chỉ đợi chờ gặp em
núi xanh giờ lắm người xem
trông như táo ngọt thơm thèm treo cây

Chiều thu một bóng chim bay
về đâu chim hỡi thuyền mây bồng bềnh
thấy lòng một thoáng chông chênh
mong manh như lá vàng bên núi đồi!

092623

Nhớ Mùa Thu Skyline Drive

Tôi đi tìm một mùa thu
đứng trên con dốc sương mù thênh thang
sương rơi trên chiếc lá vàng
long lanh từng giọt ngỡ ngàng xót xa

Nơi đây trời đất bao la
có người lặng ngắm một tà áo thơ
mây chiều lãng đãng ngẩn ngơ
bồng bềnh trôi nhẹ như tơ giữa trời

Nay mùa thu tới bên đời
lá vàng sắc đỏ tuyệt vời không gian
nàng Thu áo lụa ghé ngang
thanh tân môi mắt nồng nàn nhìn tôi!

092723

Nay Mùa Thu Tới

Thu sang mở cửa đón chào
hồn thiêng chiếc lá ngã vào mộ bia
sương phơi rớt giọt đầm đìa
thiên đường địa ngục ngăn chia hai mùa

Ngẩn ngơ như bị bỏ bùa
lâng lâng rơi xuống gió lùa bên sân
đứng bên khung cửa thật gần
nay mùa thu tới thi nhân mơ màng

Nai vàng ngơ ngác hoang mang
nhịp ru gió thở nồng nàn hoan ca
nay thu rơi trước cửa nhà
cho tim rung động như là đang yêu!

092823

Bốn Em Ở Lớp Gia Long

Lớp tôi có bốn học sinh
một trai ba gái thông minh tuyệt vời
Ái Vy khuôn mặt sáng ngời
nói năng lễ phép vâng lời thầy cô

Tấn An thì rất khôi ngô
thông minh tài giỏi cơ đồ bay cao
dáng người nho nhã thanh tao
tương lai tươi sáng như sao trên trời

Xuân An xinh đẹp ai ơi
nói năng nhỏ nhẹ tuổi đời trẻ trung
đôi khi em cũng thẹn thùng
khép mình một góc trong cùng lớp tôi

Còn Duyên ở tuổi ô môi
xinh xinh đằm thắm hoa khôi của trường
dáng người nho nhỏ dễ thương
môi cười, ánh mắt như gương trăng rằm!

093023

Chân dung Y Thy Võ Phú qua nét vẽ, *bút mực trên giấy*, của **họa sĩ Kisan (10)**

THÁNG

10

Tháng Mười lòng thấy bồi hồi
khóc cùng chiếc lá bên đời buồn tênh
vô tư giọt nắng hay quên
làm sao tìm được bắt đền nắng đây?
(Tháng Mười Giọt Nắng Đã Quên – Trang 296)

Chào Nhau Tháng Mười

Chào nhau hoa Cúc tháng Mười
đôi môi chúm chím nụ cười xinh xinh
chào nhau sương sớm lung linh
giăng trên giàn đậu kết tinh nồng nàn

Chào nhau trái bí chín vàng
mùa qua ấp ủ vô vàn yêu thương
ong bầu góp nhặt mùi hương
tìm về tổ ấm quên đường ngủ say

Chào nhau lá đỏ trên cây
một cơn gió nhẹ rơi đầy lối đi
tối qua nghe lá thầm thì
nhắn cành ở lại lá đi về trời

Chào nhau chiếc lá vừa rơi
mang theo tất cả cuộc đời đã qua!

100123

Khi Lá Nhớ Nắng

Mấy ngày nắng bỏ đi xa
lá phong ủ rũ trông già xót đau
dường như lá thấm nỗi sầu
khi xa nắng ấm đổ màu hoang vu

Sáng nay trời phủ sương mù
tám giờ còn vẫn âm u tối trời
lá buồn lặng lẽ rơi rơi
giữa mênh mông nhớ xa vời vợi xa

Đôi môi treo những nhạt nhòa
hồn trôi mấy nẻo vỡ òa lạnh căm
hoàng hôn khép lại tối tăm
nghe từng hơi thở đêm nằm quạnh hiu.

100223

Nghèo Mà Vui

Bí ngô mắc kẹt trên cành
với tay em hái nấu canh buổi chiều
nêm hành thêm ít hạt tiêu
giàu nghèo cũng thế sớm chiều có nhau

Vườn nhà có bí có bầu
có hành, ngò rí, và rau nêm cùng
cả nhà quanh lại ăn chung
thong dong tự tại ung dung mỗi ngày

Thời gian cứ thế luôn xoay
trăm năm như thế phút giây tuyệt vời
nhà nghèo đơn giản vậy thôi
tiền tuy không có tình thời mênh mông

Bên nhau ta mãi chung lòng
sắt son bền chặt vợ chồng thảnh thơi
chắc là số phận bởi trời
lâng lâng say đắm duyên người với ta!

100323

Tháng Mười Giọt Nắng Đã Quên

Tháng Mười mây cõng nắng đi
lá chao nghiêng khóc mỗi khi gió về
thời gian trôi chậm lê thê
màn đêm xuống vội bốn bề quạnh hiu

Tháng Mười bến vắng cô liêu
bóng trăng soi xuống phiêu diêu mặt hồ
buồn tênh chiếc lá nhấp nhô
trôi theo dòng nước không mồ dung thân

Tháng Mười nghe rõ bước chân
lá đang thổn thức những lần đi qua
xa rừng ray rứt nhớ nhà
gợi niềm thương nhớ đã xa cách rồi

Tháng Mười lòng thấy bồi hồi
khóc cùng chiếc lá bên đời buồn tênh
vô tư giọt nắng hay quên
làm sao tìm được bắt đền nắng đây?

100423

Hỏi Lá Có Buồn?

Đưa con đi học sáng nay
mặt trời còn ngủ hàng cây gật gà
sương mù lơ lửng là đà
sân trường vắng lặng như là nghỉ Đông

Dưới chân vàng lá rêu phong
bóng thu vừa đến bên song cửa tình
con đường tôi bước một mình
cỏ cây nghe động rung rinh dậy chào

Bỗng dưng lòng thấy xôn xao
ngẩn ngơ nghe gió thì thào bên tai
trên cây chiếc lá xen cài
xanh vàng chín đỏ ngày mai về nguồn...

Vu vơ hỏi lá có buồn
khi mùa thu tới gọi hồn lá bay?

100523

Thơ Nửa Đêm

Nửa đêm tỉnh giấc trơ trơ
tự dưng con chữ vẩn vơ trong đầu
ngón tay bàn phím chạm nhau
hai màu đen trắng dăm câu thành hình

Nửa đêm tỉnh giấc một mình
tôi như tên trộm mò rình trong đêm
nàng thơ chợt đến gọi tên
dư âm đọng lại nhớ quên ngập tràn

Nửa đêm tỉnh giấc mơ màng
ngồi đây viết vội mấy hàng vẩn vơ
ai thương thì gọi là thơ
không thì dè bỉu dật dờ dở hơi!

100623
tranh: chân dung Y Thy do Hoàng Vi Kha vẽ.

Ngày Diễn Hành

Trống kèn rộn rã thẳng hàng
quần là áo lụa khăn choàng lung linh
từng đoàn chân bước theo hình
mưa rơi ướt đẫm thủy tinh sáng này

Nhiều người đứng ngắm quanh đây
reo hò ca hát vỗ tay chào mừng
biết bao hình ảnh tượng trưng
lính cùng xe cổ nối từng hàng đi

Áo xanh đồng phục uy nghi
bước trên đường nhựa chân đi rất đều
vẫy tay chào đón thân yêu
mỉm cười hạnh phúc thấy nhiều người thương

Đi qua hết một con đường
tiếng reo còn đọng dễ thường ngân vang
đến nơi bãi cỏ thênh thang
thêm hồi trống giục tan hàng chia tay!

100723

Mùa Thu Ra Thăm Biển

Gió lùa sóng biển bạc đầu
Thổi bên ngọn cỏ cờ lau vẫy chào
Đứng trên cồn cát đồi cao
Nhìn con sóng vỗ dạt dào tâm tư

Tôi ra thăm biển đầu thu
Gió reo khúc nhạc vi vu bên đồi
Thả hồn theo gió xa xôi
Mênh mông biển rộng lẻ loi một mình

Đứng nhìn bãi cát lặng thinh
Khi nào mới hiểu rõ tình biển đây
Trở về với biển ba ngày
Nhưng không ôm được vòng tay biển trời

Mai về nhớ lắm biển ơi
Từ sâu thăm thẳm trùng khơi ngút ngàn
Hẹn chờ mùa Hạ vừa sang
Vòng tay quấn quýt chứa chan biển tình.

100823 - First Landing State Park.

Một Mình Bên Biển

Chân trần trên bãi cát vàng
tai nghe sóng biển mơ màng ngân nga
mênh mông trời đất bao la
sáng nay chỉ mỗi mình ta biển trời

Đầu tuần biển vắng người ơi
hay là thu lạnh ở nơi biển lòng
thế nên biển mới chập chồng
lớp này lớp khác phập phồng nối nhau

Bỗng con sóng biếc từ đâu
mang đầy bọt nước trắng phau chạm vào
cho lòng thoáng chút lao xao
như người tình nhỏ thì thào bên tai...

100923

Chênh Chao Biển Nhớ

Tôi đi đến cuối cây cầu
nơi đây trải rộng một màu thiên thanh
đứng nhìn khung cảnh xung quanh
thấy mình bé nhỏ mong manh giữa trời

Cá heo nhảy múa ngoài khơi
hải âu sải cánh rong chơi tìm mồi
chân đi lại chiếc ghế ngồi
hít vào buồng phổi một hơi thở đầy

Thả hồn theo những áng mây
chênh chao gợi nhớ đong đầy túi thương
ở nơi tôi tưởng bình thường
nhưng sao nỗi nhớ vấn vương thế này?

101023
Virginia Beach Fishing Pier

Đêm Say

Đêm rơi những giọt sương mù
Đọng trên lá cỏ như thu về rồi
Khi em run nhẹ đôi môi
Nụ hôn sưởi ấm nhẹ trôi mơ màng

Từ nơi thiên địa hồng hoang
Trầm mê một cõi nồng nàn đêm qua
Bàn tay khẽ chạm vào da
Mịn màng mát rượi khiến ta bềnh bồng

Từ khi biết được mặn nồng
Nở hoa trên ngọn tình hồng thanh xuân
Đôi tim hòa nhịp thật gần
Tấm chăn đắp dở ái ân ngọt ngào

Lửa yêu thương thắm dạt dào
Chứa chan cuồng nhiệt lạc vào thiên thai
Không cần nghĩ đến ngày mai
Đêm nay chỉ mỗi có hai chúng mình!

101123

Sợ Mùa Thu Tới

Nắng phai ngày ngắn chiều tàn
Thu về nhẹ bước mơn man sang mùa
Bên rừng bên núi ban trưa
Thu cài áo mỏng gió đưa thì thầm

Đứng nhìn một thoáng trầm ngâm
Có chung tâm sự nghe dư âm buồn
Lá rơi tìm đến cội nguồn
Chim rừng lạc lõng bồn chồn xa bay

Còn tôi lạc đến nơi này
Lang thang vô định trời Tây nghẹn ngào
Bên rừng tiếng lá lao xao
Trong lòng khuấy động cồn cào nỗi đau

Thương thay cuộc sống bể dâu
Sợ mùa thu tới đổi màu rụng rơi
Hoang mang thủa mới vào đời
Nên tôi sợ lắm tình ơi rụng vàng!

101323

Đợi Cơn Mưa Tạnh

Trời mưa đành bỏ cuộc chơi
công viên, nhạc hội ngoài trời hôm nay
giọt mưa lành lạnh bay bay
rơi trên phố cũ sáng nay đến giờ

Bao ngày em đã đợi chờ
cuối tuần dạo phố ai ngờ trời mưa
cơn mưa từ sáng tới trưa
chắc còn đỏng đảnh và chưa muốn ngừng

Mưa trên cánh lá rung rung
trôi theo vào cõi vô cùng niềm đau
mắt buồn ngơ ngác nhìn nhau
đợi cơn mưa tạnh thấy sầu dài thêm...

101423

Em Học Tiếng Việt

Cuối tuần Chủ Nhật đến trường
Học thêm Tiếng Việt thân thương của mình
Thầy cô trao cả chân tình
Để em rạng rỡ hiển vinh nước nhà

Giúp em trò chuyện ông bà
Bao điều mới mẻ mở ra với đời
Tương lai tươi sáng rạng ngời
Trí vươn cao đẹp khắp nơi, mọi miền

Khi em đi học thường xuyên
Mẹ cha không phải buồn phiền lo âu
Cả nhà càng hiểu thương nhau
Nói năng trôi chảy những câu trong lòng

Thêm nhiều kiến thức mênh mông
Chẳng còn lo sợ khi không hiểu gì
Vững trên từng bước chân đi
Quê hương hãnh diện vinh quy ngày về!

101523

Cây Khế Nhỏ

Mùa rồi đi chợ mua rau
Em mua trái khế thêm màu nồi canh
Chẻ đôi lấy hột để dành
Ươm vào lòng đất trổ cành tí hon

Em thương cây khế cỏn con
Từng ngày chăm sóc mầm non đến giờ
Ươm vào cây khế ước mơ
Được nhìn hoa tím tuổi thơ một thời

Sáng nay thấy chiếc lá rơi
Em buồn đứng ngắm chơi vơi cõi lòng
Bồi hồi khoảng trống mênh mông
Lâu rồi ngày ấy theo dòng thời gian

Nhớ quê cây khế chín vàng
Bóng râm mát rượi xóm làng năm nao
Tự dưng nước mắt tuôn trào
Nhìn cây khế nhỏ nghẹn ngào nhớ quê!

101623

Quả Hồng Tặng Em

Một ngày em đến thăm anh
Quả hồng chín đỏ trên cành như son
Biết em thích quả hồng giòn
Với tay anh hái quả ngon chín vừa

Trên cành lủng lẳng đung đưa
Nhìn ôi đã mắt say sưa lạ thường
Quả hồng trông rất dễ thương
Tròn vo ngọt lịm như đường cát tinh

Buổi chiều ánh nắng lung linh
Vàng bên kẽ lá xinh xinh xuống vườn
Quả kia khép nép bên tường
Bồng bềnh trong gió bốn phương nhẹ nhàng

Thu nay chín cả không gian
Loang quanh đâu đấy trái vàng nên thơ
Từ xuân cho đến bây giờ
Hồng nay đã chín để chờ tặng em!

101723

Nói Chuyện Với Con

Tối qua nói chuyện với con
Hãy cho mẹ biết ý con thế nào
Tương lai dự tính làm sao
Ngành nghề trường học nộp vào sang năm
Con ngồi suy nghĩ chống cằm
Thời gian còn rộng cả năm lo gì
Mà sao mẹ hỏi con chi
Ý con vẫn thích những gì tự do
Bây giờ con chẳng biết lo
Tối ngày đàn sáo hát hò vui chơi
Lòng cha lòng mẹ rối bời
Sao con không chịu nghe lời mẹ cha
Mỗi ngày cha mẹ càng già
Chỉ mong con trẻ học mà tiến thân
Làm cha làm mẹ đâu cần
Giàu sang phú quý vân vân trên đời
Chỉ mong con sẽ thảnh thơi
Cơm no áo ấm cơ ngơi sau này
Mẹ cha nói chuyện hôm nay
Mong con suy nghĩ về ngày tương lai!

101823

Cúc Vàng Mấy Đóa Thơm Hương

Cúc vàng mấy đóa thơm hương
Tắm trong sương lạnh tay nương bên cành
Khép hờ chiếc lá còn xanh
Nằm nghe dạ khúc ánh trăng thu này

Múa theo điệu gió heo may
Đêm trăng bàng bạc chở đầy tương tư
Thả hồn lơ lửng phiêu du
Ôm vần thơ mộng vờ như quên người

Kìa trông những đóa hoa tươi
Như đang muốn nói hay cười cùng tôi?

101923

Theo Em Đi Ngắm Mùa Thu

Em đi ngắm lá mùa thu
Khi hoàng hôn xuống gió ru nồng nàn
Thu qua rủ lá đi hoang
Cho người say mộng bàng hoàng tương tư

Chân đi hơn dặm mỏi nhừ
Chiều đêm ở lại thực hư thiên đường
Mùa yêu theo gió ngàn phương
Nghe lòng man mác mộng thường xa xôi

Lá phong thu chín vàng rồi
Mơn man em thấy đất trời ngân nga
Theo chân em, bước gần xa
Hồn tôi theo lá lân la chốn này

Em đi ngắm lá vàng bay
Riêng tôi lẽo đẽo cả ngày bên em
Chiều tàn hơi lạnh về đêm
Về thôi em hỡi màn đêm xuống rồi!

102023

Công Viên Giải Trí Cuối Tuần

Công viên giải trí cuối tuần
Ngồi trên tàu lượn không ngừng ngoằn quay
Lúc xưa cũng khoái trò này
Bây giờ hơi sợ khi xoay mấy vòng

Đường ray từng đoạn uốn cong
Thét gào sảng khoái trong lòng buông lơi
Cuối tuần giải trí vui chơi
Gia đình vui vẻ thảnh thơi an lành

Thời gian trôi đi thật nhanh
Con chơi chưa đã không đành chia tay
Hẹn con trở lại nơi này
Để con đi hết trọn ngày thỏa thuê

Bây giờ ta phải ra về
Tới giờ đóng cửa cận kề đấy thôi
Trên đường ta tới nhà rồi
Con say sưa hát ôi thôi rộn ràng.

102123

Trường Em

Trường em khép nép bên chùa
Năm nay đã cũ bao mùa gió mưa
Cuối tuần vào lớp ban trưa
Để tìm con chữ chuyện thưa ông bà

Các bạn đi học gần xa
Đánh vần tập đọc ê a tiếng mình
Ông bà cha mẹ hoan nghinh
Trưa ngày Chủ Nhật tận tình chở sang

Trường em chẳng phải trường làng
Thầy cô thiện nguyện không màng lợi danh
Em đang cố gắng học hành
Làm công dân tốt lưu danh với đời

Trường em nho nhỏ chào mời
Thầy cô vui vẻ mỉm cười thật tươi
Dạy em học chữ làm người
Giúp em từng bước vào đời ước mơ!

102223

Đường Mây Với Mùa Lá Vàng

Bước lên từng bậc hành lang
Đi qua đỉnh núi lá vàng theo chân
Đường mây lơ lửng thật gần
Bồng bềnh trôi nhẹ dần dần mỏng, tan

Vào thu đi ngắm lá vàng
Cung đường uốn khúc rẽ sang lên đồi
Suối mơ những chiếc lá trôi
Ngắm thu ở giữa khoảng trời mênh mông

Gió bay sợi tóc phiêu bồng
Dáng em từ độ rượu nồng thắm môi
Say tình tỉnh thức xa xôi
Cho lòng ta mãi chơi vơi nơi này

Mỗi năm ta trở lại đây
Ngắm mùa thu chín cỏ cây đổi màu
Ta yêu như mối tình đầu
Nhớ thương thương nhớ thắm màu thời gian!

102323 - Đường Mây = Skyline Drive trong công viên Quốc Gia Shenandoah!

Thông Điệp Từ Thánh Seraphim

Lấy nước từ dòng suối trong
Nơi con ngựa uống sẽ không sai lầm
Đặt giường nơi chú mèo nằm
Ăn hoa quả chín sâu tầm bò qua
Côn trùng chọn nấm giúp ta
Trồng cây ở chỗ chuột đà dũi lên
Xây nhà nơi rắn nằm trên
Giếng đào ở chỗ móng nền chim phơi
Thức, ngủ, cùng giấc chim trời
Ngày vàng gặt hái thảnh thơi an lành
Ăn nhiều rau củ màu xanh
Trái tim, chân cẳng, tựa anh hổ rừng
Thường xuyên bơi lội biển, sông
Như đi trên cạn theo dòng nước suôn
Thường xuyên nhìn ngắm mây luôn
Bao điều lo lắng nỗi buồn sẽ tan
Lắng nghe, nói ít, là vàng
Tâm hồn tĩnh lặng bình an tràn đầy!

102423 - *Phỏng dịch và chuyển thơ lục bát từ lời khuyên của thánh Seraphim of Sarov (1754-1833).*

Giận Hờn

Lâu lâu ta cũng giận hờn
Cách nhau chiếc gối nhưng còn chung chăn
Giận hờn hương vị hôn nhân
Cũng là một cách để gần nhau hơn
Khi em còn giận còn hờn
Còn yêu say đắm và còn quan tâm
Cho ta nhích lại thật gần
Tỏ bày tình cảm ái ân vợ chồng
Mấy giờ hờn giận ngóng trông
Mà như lửa đốt ớt nồng trên môi
Như thu xơ xác bên đồi
Tả tơi lá rụng giữa đời buồn tênh
Đêm dài lặng lẽ mình ên
Em còn hờn giận cho nên nằm ngoài
Tay anh kéo lại em ơi
Mỉm cười anh nói em rơi xuống giường
Tóc mai vài sợi tơ vương
Thôi đừng hờn giận anh thương em nhiều
Giận này là giận... Giận yêu
Để em làm nũng anh chiều thế thôi!

102523

Chuyện Một Bài Thơ

Hôm qua làm một bài thơ
Đăng lên Facebook đến giờ còn vui
Người thương, người thích, người cười
Bài thơ hờn giận giữa người và tôi

Đã qua gần một ngày rồi
Mỗi lần đọc lại trên môi mỉm cười
Những lời bình luận vui tươi
Còn vương vấn lại trong tôi cả ngày

Thay lời muốn nói hôm nay
Cám ơn tất cả phút giây tuyệt vời
Lâu lâu trở chứng dở hơi
Dăm câu sáu tám vẽ vời cho vui

Mong rằng bạn đọc đừng cười
Ba chuyện vớ vẩn ong, ruồi, lơ ngơ
Đọc xong có bạn nghi ngờ
Vài ba con chữ gà mờ đáng chi!

102623

Một Ngày Đẹp Trời

Ô hay trời bỗng trong xanh
Nắng như tơ lụa trên cành nhẹ đưa
Tôi đang lạc bước say sưa
Gió ru thoang thoảng giữa trưa lá vàng

Bừng lên ánh nắng xôn xang
Ngày thơm dịu ngọt thu ngàn treo mây
Bây giờ chỉ mới nửa ngày
Em còn bận bịu chân tay chưa về

Giận nhau giây lát lại huề
Hôm nay trời đẹp mau về nhà thôi
Cuối tuần thứ Sáu đẹp trời
Em nghe mùa gọi bên đời hoan ca?

102723

Mơ Màng Sáng Nay

Sáng nay trong giấc mơ màng
Có nụ hôn nhẹ đi ngang chỗ nằm
Lạc vào một cõi xa xăm
Trời chưa hửng sáng âm thầm bỏ đi

Cuối tuần chưa biết làm gì
Vui buồn con chữ khắc ghi một mình
Từ lâu như bóng với hình
Như sông với nước lung linh ánh vàng

Sáng nay vương vấn khẽ khàng
Nằm nghe vời vợi miên man đến người
Mùi hương còn đọng còn tươi
Lao xao giọng nói môi cười quanh đây

Hương ai thơm ngọt ướp đầy
Tóc bay theo bước thân gầy bóng đêm
Ngàn thu đếm bước bên thềm
Nghe sao xa vắng thiếu em cuối tuần!

102823

Nhớ Người Xưa

Khi xưa hay đến giáo đường
Theo em tôi thấy vấn vương trong lòng
Nhìn lên tượng Chúa cầu mong
Lắng nghe lời giảng vợ chồng phải duyên

Bên trên đức Mẹ dịu hiền
Lời kinh tôi thuộc tự nhiên lạ thường
Với người tôi ước chung đường
Nhưng rồi cuộc sống vô thường chơi vơi

Khi em rời bỏ cuộc đời
Để tôi thương nhớ những nơi ta cùng
Em đi vào cõi hư không
Còn tôi ở lại trong lòng xót xa

Ba mươi năm đã trôi qua
Trong tôi vẫn nhớ như là hôm nao
Nhìn lên tượng Chúa trên cao
Lòng tôi vẫn thấy nghẹn ngào nhớ em!

102923 - St. Andrew's Roman Catholic Church

Tuổi Rảnh Rang
(Viết tặng anh Huy & chị Nga)

Anh giờ ở tuổi rảnh rang
Con đi đại học an nhàn thảnh thơi
Cuối tuần ghé tới nhà chơi
Lai rai vài cốc bia hơi đỡ buồn

Đầu hôm mười sáu trăng buông
Ngồi nhìn trăng sáng ta cuồng mê say
Rồi nghe kể chuyện đó đây
Có anh bạn nọ tuổi này... nuôi chim

Bỗng hôm nó lại nằm im
Đem đến bác sĩ bảo chim bịnh rồi
Ung thư đoạn cuối... Than ôi!
Tốn năm trăm bạc thì thôi cũng đành

Về nhà còn phải dỗ dành
Thôi em đừng khóc để anh thay nào
Tưởng như những chuyện tầm phào
Ai ngờ lại thật... đúng vào bạn tôi!

103023

Khi Mùa Đông Đến

Mai nay thời tiết lạnh rồi
Khiêng cây nhiệt đới vào thôi anh à
Đợi cho đông lạnh đi qua
Ta chung tay lại khiêng ra ngoài vườn

Này bông hoa nhỏ dễ thương
Tím hồng hoa giấy bên đường năm nao
Mai vàng, khế ngọt, cành đào
Bồ đề, lá lốt, chanh đào, thanh long

Quỳnh hương, dạ lý thơm nồng
Sương sâm, lá dứa, ớt nồng cay cay
Mảng cầu, bụi sả nơi đây
Cho ta nhớ lại những ngày xa quê

Chút tình giữ lại nhớ về
Khi mùa đông lạnh cận kề quanh đây!

103123

Chân dung Y Thy Võ Phú
tự họa bằng *photoshop và digital art* **(11)**

THÁNG

Tháng Mười Một, lá phong rơi
Gió qua cành trống rong chơi cuối mùa
Se se gió lạnh quá trưa
Rộn ràng phím nhạc cũng vừa so dây
(Tháng Mười Một Xem Con Thi Nhạc – Trang 327)

Lỡ Hẹn Với Lá Thu

Sáng nay đứng trước cổng trường
Tôi như thơ thẩn vấn vương điều gì
Lá vàng đã bỏ cây đi
Cho tôi lỡ hẹn khắc ghi dấu buồn

Hôm qua gió đến lá buông
Bay theo cơn gió về nguồn cội cây
Giờ thì tôi đứng tại đây
Thẩn thơ thơ thẩn nhìn cây thẹn lòng

Chưa thu sao vội sang đông
Để cho lá rụng cây phong điêu tàn
Đời đẹp mỗi chiếc lá vàng
Theo mùa đông lạnh khẽ khàng buông rơi

Cho tôi xin lỗi lá ơi
Hẹn mùa thu tới cũng nơi chốn này
Rằng tôi sẽ trở lại đây
Để nghe lời lá lời cây bên đời!

110123

Bên Rừng Bạch Quả

Rừng cây bạch quả lá vàng
Chợt nghe vó ngựa thênh thang thu này
Trăm ngàn cánh bướm tung bay
Cài lên tóc liễu. Ô hay! rợp trời

Nghe thu hơi thở chơi vơi
Ru hời ru mãi bên đời mộng mơ
Tôi trong cơn mộng thẫn thờ
Đứng trên triền dốc bên bờ sớm mai

Tóc mềm vừa chấm ngang vai
Em nghiêng mình nhặt lá phai bạc màu
Duyên nào ta chạm mặt nhau
Trời xanh kia có ai đâu biết mình

Nhìn nhau rồi lại lặng thinh
Nhưng sao nhớ mãi bóng hình thướt tha
Ung dung dạo bước gần xa
Trôi theo cơn gió đã là phù hư!

110223

Tháng Mười Một Xem Con Thi Nhạc

Tháng Mười Một, lá phong rơi
Gió qua cành trống rong chơi cuối mùa
Se se gió lạnh quá trưa
Rộn ràng phím nhạc cũng vừa so dây

Tháng Mười Một, đến nơi này
Thở ra hơi khói đôi tay lạnh lùng
Trên sân vận động mông lung
Từng nhịp chân bước mấy trùng âm thanh

Sáo, đàn, kèn, trống vòng quanh
Màu cờ ngũ sắc xoay nhanh trên đầu
Từng đoàn âm nhạc trước sau
Tiếng ca vang dội đua nhau trình làng

Tháng Mười Một, thu đi ngang
Xem con trình diễn rộn ràng yêu thương
Đi xa mấy chục dặm đường
Kéo theo thê tử tận trường đến đây!

110423 Powhatan High School

Bên Công Viên Hồ Đôi*

Ta đi nhặt lá mùa thu
Gom về nhúm lửa lãng du bên đời
Đêm nhìn triệu ánh sao rơi
Trao nhau ánh mắt làn hơi thở gần

Nơi đây không nhuốm bụi trần
Một đôi hồ biếc mấy tầng mây bay
Chiều qua đi dưới rừng cây
Ta như ngây ngất đắm say men tình

Nắng rơi trên lá lung linh
Mặt hồ phẳng lặng thanh bình ai ơi
Cuối thu ta đến rong chơi
Thiên nhiên tuyệt đẹp để rồi ngẩn ngơ

Ngồi bên bếp lửa làm thơ
Nghe em trò chuyện đợi chờ trăng lên
Khi ta hạnh phúc kề bên
Xa nơi phố thị tạm quên chuyện đời.

110523 - Twin Lakes State Park, Virginia.

Chiếc Cầu Trong Công Viên

Chiếc cầu chót vót trên mây
Nằm sâu bên dưới rừng cây lá vàng
Sáng nay dạo bước lang thang
Trên chiếc cầu gỗ cùng nàng hai con
Đi qua một đoạn đường mòn
Dưới rừng hoang vắng nỉ non cuối mùa
Hai con vui vẻ cười đùa
Trên cao hơi lạnh gió lùa tóc vương
Công viên ba mốt dặm đường*
Một nơi lý tưởng thiên đường đạp xe
Trên cầu hai mái vòm che
Để cho du khách ngày hè nghỉ chân
Phiêu diêu một áng phù vân
Bồng bềnh trôi nổi khi gần khi xa
Gió ru cành lá ngân nga
Lao xao trong gió bay qua đỉnh trời...

110623 - High Bridge Trail State Park.
Công Viên Tiểu Bang "High Bridge Trail" có đường mòn dành cho du khách đạp xe, đi bộ, và cưỡi ngựa, dài 31 dặm(50km). Điểm nhấn của công viên này là chiếc Cầu Cao - High Bridge - với chiều dài khoảng 730m và cao đến 38m tại thị trấn Farmville, tiểu bang Virginia!

Chia Tay Công Viên Hồ Đôi

Công viên vắng lặng như tờ
Còn ta một cõi bên bờ chiều thu
Nơi đây rừng núi hoang vu
Đêm ngồi nghe tiếng gió ru xạc xào

Cuối thu rừng lá lao xao
Nai vàng lạc bước ngó vào ngẩn ngơ
Cuối tuần cho đến bây giờ
Lòng như phơi phới hồn thơ dạt dào

Đầu hôm ta lại ngắm sao
Muôn vàn chấp chới trên cao ngân hà
Ba ngày thoáng chốc trôi qua
Sáng nay sửa soạn về nhà ta thôi

Chia tay hồ nước núi đồi
Chào nhau tạm biệt Hồ Đôi tuyệt vời
Cám ơn những ngày nghỉ ngơi
Gia đình hạnh phúc bên đời an vui.

110723 - *Twin Lakes State Park.*

Ơn Em Trong Tuần Sinh Nhật

Tuần này sinh nhật bốn lăm
Em xin nghỉ phép tận năm ngày làm
Ở nhà đi chợ nấu ăn
Cơm, canh, chè, bánh, chả, ram đủ đầy

Bình minh trước cửa sáng nay
Đưa con đi học để thay anh rồi
Nụ cười còn đọng trên môi
Cùng anh đi chợ có đôi khi cần

Gọi phôn mời bạn bè thân
Cuối tuần tụ họp góp phần cuộc vui
Ơn em đem đến nụ cười
Em là số một tuyệt vời thế gian

Bên em cuộc sống bình an
Gia đình hạnh phúc đầy tràn ước mơ
Đời anh tươi đẹp như thơ
Vẹn toàn sau trước cũng nhờ có em!

110823

Sinh Nhật Thứ 45

Hôm nay sinh nhật bốn lăm
Bạn bè chúc tụng hỏi thăm chuyện trò
Cả tuần em đã chăm lo
Trong ngoài sau trước nhỏ to chu toàn

Luôn tay làm những món ngon
Mọi người yêu thích chẳng còn chỗ chê
Ăn vào ai nấy đều mê
Xin em cách nấu để về làm ngay

Đời anh thấy thật là may
Có em bên cạnh mỗi ngày thêm vui
Bên nhau chia sẻ ngọt bùi
Luôn luôn ta nở nụ cười trên môi

Năm nay hơn bốn mươi rồi
Bạn bè đông đủ cùng tôi hát mừng
Rượu bia bánh ngọt tưng bừng
Hát bài sinh nhật để mừng tuổi thôi!

111023

Những Người Bạn

Gặp nhau ôn lại chuyện đời
Vui buồn quân ngũ một thời chiến chinh
Chuyện xưa của bạn của mình
Văn chương thi phú tâm tình bên nhau

Giờ đây ở tuổi bạc đầu
Biết bao nhiêu chuyện nhuốm màu thời gian
Hôm nay bạn mới ghé sang
Nỗi niềm tình cảm chứa chan đong đầy

Trà thơm, bánh ngọt, bánh đầy
Thêm hương vị ngọt nhớ ngày ấy sao
Chẳng mơ chẳng phải chiêm bao
Ba người mất một bảo sao không buồn

Thời gian cứ mãi trôi luôn
Bỗng dưng chợt thấy tâm hồn nhói đau
Nghẹn ngào nghĩ đến mai sau
Hôm nay hội ngộ từng câu tâm tình!

111123

Hôm Qua Em Kể Xấu Mình

Hôm qua em kể xấu mình
Rằng anh thơ thẩn dịu tình với thơ
Nhiều lần ngồi viết vu vơ
Cơm canh dọn sẵn đợi chờ dài hơi

Giận nhau không nói một lời
Ba hôm dỗ ngọt thế rồi mới qua
Bao năm chung sống một nhà
Chữ tình chữ nghĩa gọi là nhân duyên

Bạn bè lầm tưởng ảnh hiền
Mỗi khi chọc giận phát điên như thường
Nhưng mà ảnh rất dễ thương
Cho nên em mãi còn vương vấn tình!

111323

Từ Khi Lá Bỏ Rời Cây

Ra vườn gom lá vàng khô
Chôn vào lòng đất ngẩn ngơ chợt buồn
Phía sau bóng tối hoàng hôn
Nghe trong hoài niệm cô đơn cuối ngày

Từ khi lá bỏ rời cây
Cành khô trống vắng héo gầy tương tư
Hôm nay lá đã tạ từ
Buồn theo nắm đất rớt từ trên không

Phút giây này thấy mênh mông
Như là bất tận trong lòng vỡ tan...

111423

Cho Anh Xin Một Tấm Ảnh Này...

Ngẩn ngơ thấy chiếc lá vàng
Đưa con đi học qua ngang nhà thờ
Nhìn sang năn nỉ nàng thơ
Em soi gương ngắm chần chờ nghĩ suy

Em không chuẩn bị khi đi
Mặt mày xấu xí chi chi dị òm
Hay là hãy đợi vài hôm
Để em sửa soạn cho ngon lành nè...

Này em... Anh nói em nghe
Em luôn luôn đẹp chẳng chê chỗ nào
Hôm nay nắng mới xôn xao
Chờ mai lá rụng hư hao cuối mùa

Thôi thì em cũng chịu thua
Miệng như mật ngọt bỏ bùa người ta
Chỉ xin một tấm thôi mà
Thế sao chụp mãi quá đà... Kìa anh!

111523

Đêm Âm Nhạc

Phố đêm quyến luyến cung đàn
Du dương khúc nhạc chứa chan ân tình
Hội trường bỗng chốc lặng thinh
Những bài giao hưởng mới tinh trình bày

Hội nghị âm nhạc hôm nay
Biết bao nhạc sĩ về đây hội cùng
Người người đều có điểm chung
Cùng yêu âm nhạc và cùng lắng nghe

Hơn hai giờ, chưa muốn về
Say sưa giai điệu đê mê cõi lòng
Đẹp thay hồn nhạc thinh không
Bàn tay lả lướt tuôn giòng âm thanh

Âm ba giao hưởng quẩn quanh
Kìa bao nhạc cụ hợp thành bài ca
Đẹp thay âm nhạc mượt mà
Phố đêm quyến luyến trôi qua êm đềm!

111623 - Hội Nghị Âm Nhạc tại Richmond Convention Center!

Bé Con Của Cha

Sáng nay con lại hôn cha
Thầm thì con nói cha là nhất thôi
Đến giờ cơm, bạn ghé coi
Trầm trồ to nhỏ thế rồi bạn xin

Con đâu ăn hết một mình
Thế nên chia xẻ bạn nhìn cám ơn
Cha ơi, nhớ bới nhiều hơn
Để con cho bạn đủ còn con ăn

Bạn bè thường nói con rằng
Cha là số một sánh bằng trời cao
Cha ơi con mãi tự hào
Có cha là nhất như sao trên trời

Cha ơi, cha thiệt tuyệt vời
Cám ơn cha mãi bên đời cùng con!

111723

Thu Tương Tư

Sáng nay trên con đường quê
Thấy lòng thơ thẩn đê mê dịu dàng
Nắng rơi trên chiếc lá vàng
Cho ta ngơ ngẩn xốn xang tâm hồn

Ước gì được ngắm lâu hơn
Ngày mai trở lại biết còn lá không?
Lá thu từng chiếc xoay vòng
Quấn vào sợi nắng theo dòng đời trôi

Lá vàng và nắng sánh đôi
Hôn nhau lơ lửng giữa trời bao la
Này thu lại vướng vào ta
Cho ta nhung nhớ nhẹ qua ngọt ngào

Lá ơi lòng thấy xôn xao
Lâng lâng cảm giác quyện vào lá thu
Phải chi ngày rộng còn dư
Để ta không phải tương tư lá này!

111823

Áo Xanh Giữa Lá Thu Vàng

Xanh xanh áo lụa dịu dàng
gót sen nhẹ bước thu vàng vương rơi
lòng tôi chợt thấy chơi vơi
ví như chiếc lá giữa trời gió đưa

Từ xa đứng ngắm say sưa
bỗng dưng trời đất cũng vừa chuyển giao
cuối chiều sợi nắng lao xao
ánh vàng hiu hắt rơi vào khoảng không

Tôi như lạc cõi phiêu bồng
lá thu là lướt xoay vòng trăm năm
rằng hay duyên định chẳng lầm
thu về
ủ lá
gieo mầm
đợi xuân...

111923 - Ảnh chụp tại công viên Maymont, Richmond, Virginia

Mùa Vàng Bên Đường Mây

Mùa vàng kết nhánh nhớ thương
Núi đồi quyện lại vấn vương tơ trời
Bồng bềnh mây phủ sương rơi
Rừng xanh sâu thẳm chơi vơi sa mù

Gió đưa nhè nhẹ lá thu
Buổi chiều nắng tắt hoang vu chốn này
Mùa vàng cánh lá tung bay
Lối mòn đâu thấy khi đầy lá khô

Chân em dạo bước hững hờ
Bên con đường nhỏ có bờ đá cong
Dáng em chừ đã ghi lòng
Tim tôi loạn nhịp nhảy trong mê cuồng

Mùa vàng trầm tiếng lá tuôn
Tan trong hơi thở khởi nguồn hồi sinh
Bên nhau một cuộc hành trình
Đường mây xanh núi với tình đôi ta!

112023 - Ảnh: Skyline Drive cuối thu...

Ngậm Ngùi

Ngày lang thang đã cạn dần
Hoàng hôn vừa tắt tiễn chân nắng chiều
Tàn phai một thoáng tịch liêu
Mảnh tình chắp vá ít nhiều đau thương

Trần ai một thuở vô thường
Ngậm ngùi cõi mộng miên trường chia ly
Mông lung giữa kiếp sầu bi
Trầm luân chao đảo có khi nghẹn tràn

Đành thôi tiễn cuộc tình tan
U hoài hiu hắt cung đàn nhịp sai
Ân tình trót đã trao ai
Mấy thu tan tác đã phai nhạt rồi

Nỗi buồn trống vắng trong tôi
Quay về ngơ ngác đơn côi một mình!

112123

Tạ Ơn

Tạ ơn cuộc sống hôm nay
Với nhiều sức khỏe từng ngày trôi qua
Triệu người chưa đến tuổi già
Đã rời trần thế gọi là âm dương

Tạ ơn không ở chiến trường
Cô đơn, tù tội, máu xương rã rời
Tỷ người sống ở trên đời
Không may mắn thế chơi vơi bụi bờ

Tạ ơn khi được cúng, thờ
Mà không quấy rối giở trò khảo tra
Trên đời hơn một phần ba
Bắt giam tù tội như là di căn

Tạ ơn có đủ thức ăn
Áo quần khô ấm, chỗ nằm về đêm
Ba phần không đủ chiếu mền
Nửa khuya lạnh cóng nằm rên bẽ bàng

Tạ ơn tiền có trong băng
Mặc dầu tiền lẻ không sang không giàu
Vậy là cũng kể như giàu
Biết bao người khổ bù đầu thiếu cơm

Tạ ơn cha mẹ vẫn còn
Là người hiếm có vẹn toàn nơi đây
Bởi thế nên cười mỗi ngày
Biết ơn trời đất dang tay giúp đời

Tạ ơn đời, ngày vui tươi
Cùng nhau chia sẻ cùng người khổ đau
Tạ ơn cuộc sống nhiệm mầu
Ta luôn diễm phúc có nhau trong đời!

112323 - Happy Thanksgiving!
*** Bài thơ này tác giả mượn ý của một bài thơ Anh Ngữ nào đó mà tác giả đã đọc, nhưng lại không nhớ tựa để tìm ra và ghi chú thích!

Lễ Tạ Ơn Năm Nay

Năm nay nghỉ lễ ở nhà
Không bày nấu nướng rườm rà mọi khi
Không khoai tây, gà turkey
Đậu que hầm chín, gravy, nhồi vào

Cũng không hải vị, sơn hào
Không chiên, không nướng, không xào, không kho
Năm nay chỉ có bún bò
Với vài con ghẹ hấp cho thêm màu

Bún bò, giò, huyết, kèm rau
Ớt xanh giá sống cùng nhau trộn đều
Tạ ơn chỉ có bấy nhiêu
Vợ chồng con cái buổi chiều quây quanh

Trên bàn cóc ổi còn xanh
Chấm thêm muối ớt ngon lành khi ăn!

112423 - Happy Thanksgiving!

Cơn Đau Của Nàng...

Hôm nay chẳng muốn làm gì
Em ngày cuối tháng gầm ghì than đau
Chiếu giường như thể nát nhàu
Từng cơn đau quặn trước sau rã rời

Thì thôi em hãy nghỉ ngơi
Hay xem hình ảnh rong chơi mùa vàng
Anh nói sao thiệt nhẹ nhàng
Người ta đau điếng nên than chút mà

Từ khi lúc mới sanh ra
Làm thân con gái thiệt là khổ ghê
Những ngày cuối tháng tái tê
Cơn đau co thắt nặng nề tấm thân

Khi ngày cuối tháng đến gần
Em luôn mệt mỏi nguyên nhân giận hờn
Mong anh thông cảm nhiều hơn
Đừng làm em giận em hờn nha anh!

112523

Đọc Cõi Thơ Ta Ở Một Đời của Hoa Văn

Buông Tay Thả Hết U Sầu
Còn Nhau Xin Hãy Thương Nhau Chân Tình
Đêm Buồn Uống Rượu Một Mình
Chiều Mưa Đông Bắc Tạ Tình Ngàn Sau
Phấn Hương Còn Lại Buổi Đầu
Trả Em Mây Khói Hoa Sầu Nhân Gian
Những Ngày Ảo Mộng Thênh Thang
Bâng Khuâng Vô Cớ Thời Gian Dấu Buồn
Chân Tình Thế Tục Soi Gương
Thả Sầu Theo Gió Lạ Thường Nhẹ Tênh
Mong Manh Lá Rụng Ngông Nghênh
Vẫn Từ Cát Bụi Lối Quen Nẻo Hồng
Với Em Mộng Tròn Núi Sông
Dấu Yêu Gọi Lối Mơ Hồng Cội Tâm
Hai Miền Cuối Nẻo Vô Âm
Cái Ân Xin Nhớ Chữ Tâm Cuộc Đời
Phủi Sao Cho Hết Bụi Đời
Chuyến Tàu Sinh Tử Giữa Trời Phù Hoa
Nhớ Nhau Ly Rượu Chén Trà
Trả Đời Những Đóa Thơ Hoa Hương Vàng!

112623 - *Lời bài thơ là tựa đề trong thi tập

Giận và Thương

Khi em biết lỗi giận mình
Cơm canh nóng dẻo tận tình lên mâm
Vẫn còn ghen tức ngấm ngầm
Nghĩ anh lưu luyến thương thầm người xưa

Dặn lòng bỏ đói cho chừa
Nhưng sao vô cớ cơm trưa vẫn bày
Canh, xào, kho mặn đủ đầy
Sợ người ta đói ốm gầy nên thương

Chỉ là những chuyện bình thường
Bạn bè gặp lại vấn vương nỗi gì
Mà sao cứ phải hoài nghi
Hờn ghen giận dỗi làm chi thế này

Chuyện xưa cũ rích bao ngày
Năm qua tháng lại gió bay mất rồi...
Giờ anh chỉ có em thôi
Nghe xong hết giận đôi môi... em cười!

112823

Đợi Chờ Mùa Xuân

Trời mây in bóng trăng già
Sương khuya còn đọng ánh ngà treo cây
Sân trường vắng lặng sáng nay
Thở ra hơi khói bay bay ngậm ngùi

Đông về giá lạnh nào vui
Lá hoa đâu nữa đã vơi trơ cành
Tưởng rằng thu vẫn vây quanh
Ngày qua lá rụng nên đành ngẩn ngơ

Đợi đông qua gót xuân chờ
Chờ cho cỏ biếc xóa mờ tịch liêu
Chờ cho cảnh bớt tiêu điều
Mang xuân nồng ấm mỹ miều sắc hoa!

112923

Xin Đừng Đứng Khóc Mộ Tôi

Xin đừng đứng khóc mộ tôi
Tôi không nằm đó nghỉ ngơi đương thì
Tôi ngàn cơn gió bay đi
Là kim cương sáng mỗi khi tuyết về
Tôi là tia nắng đồng quê
Rơi trên bông lúa say mê ngọt ngào
Là mưa thu nhẹ lao xao
Khi người thức giấc, dậy chào sớm mai
Là hoa xuân nở mãn khai
Là chim bay lượn vành đai hoà bình
Là tia nắng ấm bình minh
Là ngôi sao sáng lung linh trên trời
Xin đừng đứng khóc mộ tôi
Tôi không ở đó nghe lời khóc than
Tôi tuy không ở dương gian
Nhưng tôi không chết đừng than thở sầu.

113023
Y Thy chuyển ngữ sang lục bát từ nguyên tác tiếng Anh "Do Not Stand at My Grave and Weep" của nhà thơ người Mỹ, Clare Harner (1909–1977).
Ảnh: Nghĩa trang Hollywood

Chân dung Y Thy Võ Phú qua nét vẽ, *Goauche on paper*, của **họa sĩ Anh Le (Ti)**. (12)

THÁNG

12

Tháng Mười Hai, ghé đến chào
Ta như còn mộng nơi nào mù khơi
Trên tường tờ lịch dần vơi
Tháng ngày trôi mãi tuổi đời qua nhanh...
(Chào Tháng Mười Hai – Trang 353)

Chào Tháng Mười Hai

Ta chào nhé, tháng Mười Hai
Thu qua gió bấc như phai nhạt màu
Mùa đông này đến thật mau
Chập chùng hơi lạnh vương sầu bâng khuâng

Đôi môi tê tái run run
Trong cơn gió lạnh mưa phùn đêm nay
Đi tìm hơi ấm vòng tay
Cho nhau sưởi ấm những ngày giá băng

Đêm dài ngày ngắn tày gang
Bên nhau ta thấy nồng nàn con tim
Say tình đôi mắt lim dim
Nhịp thời gian đọng bình yên ngọt ngào

Tháng Mười Hai, ghé đến chào
Ta như còn mộng nơi nào mù khơi
Trên tường tờ lịch dần vơi
Tháng ngày trôi mãi tuổi đời qua nhanh...

120123 * Ảnh: Internet

Hy Vọng

Hy vọng chấp đôi cánh bay
Cho tâm ngự trị ngất ngây đất trời
Và là giai điệu không lời
Du dương khúc hát tuyệt vời thế gian

Hy vọng là gió miên man
Ngọt ngào nhẹ thổi bên hàng cây xanh
Đôi chim bé nhỏ trên cành
Đang xây tổ ấm để thành nhà chung

Hy vọng khi được sống cùng
Dẫu là sỏi đá một vùng hoang vu
Hay là những cuộc phiêu du
Đều là hy vọng lãng du bên đời!

120223 * Mượn ý thơ trong bài "Hope" của nhà thơ người Mỹ Emily Dickinson (December 10, 1830 – May 15, 1886).
Ảnh: Internet

Viếng Bạn

(Nhân dịp thăm viếng cố thi sĩ Nguyễn Phú Long. Riêng tặng hai nhà thơ Hoa Văn & Trần Quốc Bảo)

Hôm qua thăm viếng bạn hiền
Ba người mất một cõi tiên bạn về
Tháng Năm ngày hẹn cận kề
Tháng Ba mất bạn não nề ruột gan
Nén hương ngấn lệ hai hàng
Nhìn lên di ảnh lại càng nhớ thêm
Buồn thương cầu nguyện từng đêm
Linh hồn thanh thản tịnh yên vĩnh hằng
Cuộc đời đau khổ nhọc nhằn
Chẳng còn trăn trở băn khoăn kiếp người
Nhìn lên di ảnh bạn cười
Khói hương như nói thay lời tự tâm
Gửi lời cầu nguyện khấn thầm
Cõi tiên nơi ấy hương trầm thay thơ
Tuổi vàng* chẳng biết ngày giờ
Dòng thơ rưng rức đợi chờ bao thu?

120323 *Tuổi vàng/Tuổi lá vàng (lời của hai nhà thơ Hoa Văn & Trần Quốc Bảo khi nhắc đến ngày tháng & tuổi tác)
Ảnh: Kim P Le

Mượn

Mượn làn hơi ấm của cha
Tình thương của mẹ, chữ là thầy cô
Điều hay lẽ phải thâm nho
Mượn từ xã hội chuyện trò mà nên

Không ai là miếu hay đền
Đợi chờ bái lạy rồi quên chính mình
Cuộc đời một kiếp nhân sinh
Cũng như cây cỏ sống tình trước sau

Không gì là của mình đâu
Tiền tài tri thức vui sầu cũng tan
Như đây một chiếc lá vàng
Mượn từ lòng đất thênh thang mà thành

Đời người mạng sống mong manh
Sống sao trọn vẹn ngay lành tùy duyên
Mượn từ tri thức vô biên
Hãy đem chia sẻ lưu truyền ngày sau!

120423 *Mượn lời hay ý đẹp!

Thủy Triều

Thủy triều xuống, thủy triều lên
Hoàng hôn vừa tắt chim bên gọi đàn
Dọc theo bãi cát ướt vàng
Hướng về phố thị lẹ làng người đi

Thủy triều lên xuống mỗi khi
Bóng tối ngự trị vô tri trong nhà
Biển đêm chùng xuống gọi qua
Từng cơn sóng nhỏ như là cánh tay

Trắng mềm vỗ nhẹ thơ ngây
Dấu chân trên cát xóa bay mất rồi
Thủy triều lên xuống không thôi
Là trưa, là sáng, là trời tối buông

Như con chiến mã trong chuồng
Dậm chân gõ cửa cuống cuồng gọi qua
Ngày ngày trở lại xa xa
Đưa người lữ khách nơi xa về bờ

Thủy triều lên xuống bao giờ?

120523 - * Dựa theo bài thơ "The Tide Rises, the Tide Falls" bởi Henry Wadsworth Longfellow (February 27, 1807 – March 24, 1882). Ảnh: Công viên First Landing chiều hoàng hôn.

Đến Trường Con Xem Nhạc

Một đêm âm nhạc tuyệt vời
Con trai trình diễn ở nơi học đường
Những bài hát thật dễ thương
Đón mừng mùa lễ yêu thương ngọt ngào

Trống kèn nhộn nhịp dâng cao
Mọi người cổ vũ lao xao khán phòng
Ca, đàn, kèn, trống xoay vòng
Biết bao tiết mục vui lòng người xem

Người người tán thưởng ngợi khen
Hây hây má đỏ như men rượu nồng
Một đêm ca nhạc thành công
Nên con vui vẻ ngập trong tiếng cười

Nhạc xong trò chuyện vui tươi
Bạn bè chúc tụng chào mời liên miên
Mẹ cha chờ đợi không phiền
Đến khi vãn cuộc có riêng tấm hình!

120723

Hoa Thủy Tiên Ziva*

Xuân thu rời gót đi xa
Lá hoa vắng mặt vườn nhà buồn thiu
Em không còn ngắm mỗi chiều
Đào, Mai, Anh Túc, yêu kiều sắc hương

Mẫu Đơn, Bỉ Ngạn, Hướng Dương
Hồng, Lan, Cẩm Chướng, Cát Tường đắm say
Thảy đều lần lượt héo gầy
Giờ còn cái gốc đợi ngày đông qua

Trong vườn còn mỗi Ziva
Trắng trong như giấy thật là xinh xinh
Hoa thơm không nở một mình
Cùng nhau khoe sắc lung linh yêu đời

Ziva trồng khắp mọi nơi
Tăng thêm hương sắc tuyệt vời ngày đông
Những ngày nghỉ lễ ấm lòng
Ngập tràn không khí thơm nồng hương hoa!

120823 - Ziva paperwhites có tên khoa học là Narcissus *papyraceus*, thuộc dòng họ hoa Thủy Tiên.

Bảy Giờ Chờ Đợi Con Thi

Bảy giờ sáng, chở con đi
Đến trường trung học để thi nhạc rồi
Ba mươi phút tới được nơi
Một hàng rồng rắn ngoài trời báo danh

Thêm một tiếng đi vòng quanh
Vào trong lấy số thật nhanh lại chờ
Khán phòng đèn sáng lờ mờ
Tìm vài ghế trống lại chờ gọi tên

Sau hai tiếng, bụng sôi lên
Em quay sang bảo ta nên ăn gì
Lái xe mua hộp bánh mì
Ăn cho lót dạ trong khi đợi chờ

Lại thêm ba tiếng ngồi chờ
Số kia cũng gọi đến giờ con thi
Con thi cha mẹ cũng đi
Theo con cổ vũ sợ chi đợi chờ!

120923

Hôm Nay Nàng Cho Ăn Phở

Ngoài trời nhỏ hạt lâm râm
Trên bàn tô phở xương hầm bốc hơi
Phở này thơm phức tuyệt vời
Bò viên lá sách em mời anh ăn

Thịt bò chín tái thêm gân
Nước trong thơm ngọt hành trần rau xanh
Ngò gai, húng quế, thêm chanh
Ớt, tương, giá sống, lá hành thơm hương

Tô phở đặc sản quê hương
Vang lừng danh tiếng bốn phương ngời ngời
Hôm nay mưa lạnh tơi bời
Một tô phở nóng tuyệt vời thế gian

Cuối tuần hạnh phúc bên nàng
Với tô phở nóng trên bàn đã ghê
Ăn xong no cứng tận mề
Ấm lòng nhớ mãi đê mê một đời!

121023

Nhìn Hoa Chợt Nghĩ Đến Người

Sáng nay tuyết đổ ngoài trời
Thủy tiên cánh trắng chơi vơi lạnh lòng
Phủ đầy hoa tuyết đầu đông
Ngắm chùm hoa nhỏ trong vòng tay nhau

Hoa kề giấc ngủ đêm sâu
Phấn hương rủ xuống nỗi sầu trong tôi
Sáng ra em đã đi rồi
Còn tôi gặm nhấm để rồi xót xa

Gió, mưa, và tuyết đêm qua
Em nằm thao thức thấy mà thương em
Cả đêm mưa gió ưu phiền
Đêm dài mộng mị nỗi niềm nhân gian

Ngậm ngùi khi thấy hoa tàn
Đời như mây khói sương ngàn bay bay
Trăm năm hay chỉ một ngày
Cũng trôi theo gió theo mây em à...

121123

Mưa Đầu Đông

Đêm qua trời đổ mưa rào
Mùa đông giá lạnh trăng sao kéo mền
Sáng nay mặt trời ngủ quên
Mưa rơi ướt tóc bắt đền ai đây?

Áo thu không ấm vai gầy
Gió mưa rét mướt rơi đầy lối đi...
Đông về sải cánh chim di
Trời chưa hửng sáng em đi xa rồi

Sáng nay còn lại mình tôi
Nhớ em những lúc bồi hồi nhớ em
Nhìn mưa rớt giọt bên thềm
Dáng em giờ đã khuất chìm theo mưa...

121223 - *Ảnh: Internet*

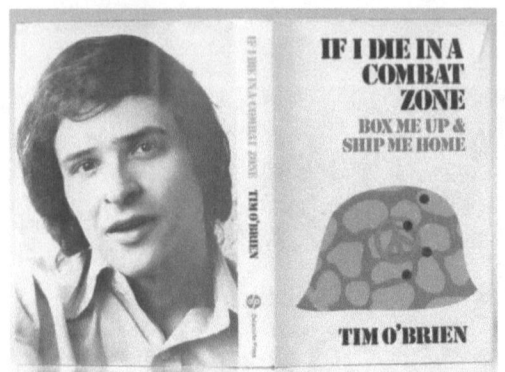

Tôi Là Lính Sinh Ra Là Để Chết

Nếu tôi chết nơi chiến trường
Hãy gói tôi lại và thương gửi về
Ngôi nhà tôi ở vùng quê
Xin đặt huy chương nằm kề trước ngực
Nhắn mẹ rằng, đừng khóc nức
Con của mẹ bổn phận thực hiện tròn
Với cha đừng cúi đầu con
Bởi giờ đây cha chẳng còn căng thẳng
Nhắn em trai học cho giỏi
Chiếc xe này, chìa khóa tôi tặng em
Nhắn với chị, đừng buồn thêm
Bởi mặt trời khi chiều đêm sẽ tắt
Người yêu ơi, đây sự thật
Nên xin nàng đừng nước mắt khóc thương
Bởi tôi là lính sa trường
Nên sinh ra chẳng vấn vương khi chết!

121323 -Dịch từ nguyên tác "I'M A SOLDIER BORN TO DIE" được cho là của tiểu thuyết gia người Mỹ, Tim O'Brien, sinh ngày 1 tháng 10, 1946 . Ông được biết là một người lính từng tham chiến tại Việt Nam.
Ảnh: Bìa sách cuốn hồi ký của tác giả được nhà xuất bản Delacorte Press tại Hoa Kỳ năm 1973 với tựa đề là "IF I DIE IN A COMBAT ZONE BOX ME UP & SHIP ME HOME" tạm dịch "Nếu Tôi Chết Ở Nơi Chiến Trận Hãy Gói Tôi Lại và Gửi Về Nhà"

Lạc Cánh Chim Di

Chân trời rộng dưới hoàng hôn
Con chim lẻ bạn cô đơn cuối chiều
Chao nghiêng như tựa cánh diều
Bay trong biển cả tịch liêu sa mù

Bóng đêm tĩnh lặng âm u
Lang thang không đích ngàn thu mắt sầu
Bay đến đâu, về đến đâu
Để tìm hình bóng ban đầu nhớ thương

Này con chim nhỏ lạc đường
Mênh mông biển cả đại dương ngút ngàn
Tự do đôi cánh không gian
Mà sao rưng rức vô vàn quấn quanh

Trong đêm đôi mắt long lanh
Chỉ nghe tiếng sóng âm thanh vọng về
Bóng đen đã phủ tứ bề
Vẫn còn lưu lạc đường về còn xa!

121523
Ảnh: Internet

Món Quà Hôm Nay

Hôm nay nhận được món quà
Biết bao ý nghĩa rất là xinh xinh
Chứa chan tất cả tâm tình
Khi anh gửi tặng cho mình niềm vui

Lòng em cảm động ngậm ngùi
Chân thành cảm tạ đến người gửi trao
Tâm hồn rung động xuyến xao
Lời ca, tiếng nhạc, ngọt ngào du dương

Cám ơn anh đã mến thương
Món quà dịp lễ yêu thương đong đầy
Hôm nay vừa nhận đến tay
Hân hoan hạnh phúc tỏ bày biết ơn

Vô cùng cảm kích nhiều hơn
Khi lòng gói trọn tâm hồn miên man
Tim yêu xúc động dâng tràn
Với nhiều bài hát muôn vàn lời ca

Này "K" khúc Hoàng Vi Kha
Trần Chiêu Anh Tuấn mượt mà thật hay…

121623

Cánh Thiệp Giáng Sinh

Nghĩ rằng không có cây thông
Không đèn lấp lánh và không trang hoàng
Hôm qua nàng bỗng sửa sang
Giăng đèn trang trí rộn ràng ngoài trong

Và nàng đã dựng cây thông
Treo lên ước vọng cầu mong an bình
Chúc mừng ngày Chúa Giáng Sinh
Cả nhà tươm tất chụp hình cùng nhau

Gửi đi tấm thiệp nguyện cầu
Chúc cho tất cả đôi câu an lành
Yêu thương, hạnh phúc vây quanh
An khang, thịnh vượng, công thành mai sau

Cầu mong lời chúc nhiệm mầu
Giáng Sinh ấm áp bên nhau thân tình
Không ai đơn lẻ một mình
Một mùa ấm áp tràn tình yêu thương!

121723

Dừng Chân Bên Rừng Vào Một Buổi Tối Đầy Tuyết

Rừng này tôi biết của ai
Nhưng nhà anh ấy ở nơi đầu làng
Chắc anh không thấy tôi sang
Đứng nhìn tuyết trắng ngập tràn rừng cây

Cùng con ngựa nhỏ loay hoay
Nó thầm ngẫm nghĩ nơi đây chẳng gần
Không một trang trại dừng chân
Hoang sơ thanh vắng đóng băng mặt hồ

Một đêm đen tối mịt mờ
Tiếng chuông nai nịt tình cờ rung lên
Hỏi xem sai sót hay quên
Âm thanh quét lá ở bên bìa rừng

Hoa sương treo gió rưng rưng
Thênh thang sâu thẳm bên rừng cô đơn
Với lòng hứa giữ không sờn
Chân đi vài dặm trước còn nghỉ ngơi!

121823 - *Phỏng dịch theo nguyên tác bài thơ "Stopping by Woods On a Snowy Evening" bởi nhà thơ người Mỹ, Robert Frost (March 26, 1874 – January 29, 1963)*

Tình Cờ Mà Chẳng Nhớ Ra

Tình cờ ta chạm mặt nhau
Như quen như biết hồi lâu mỉm cười
Thì ra ta có quen người
Trên không gian ảo cuộc đời này đây

Như là một thoáng mây bay
Mỗi người một hướng phút giây bên đường
Với người ta chút vấn vương
Bây giờ chợt nhớ vô thường vội qua

Chắc tại cái tuổi đang già
Nhớ quên quên nhớ hay là hoặc nghi
Mỉm cười rồi lại bước đi
Ngỡ ngàng nhớ lại phải chi ân cần

Chào nhau để giữ bước chân
Khi ta chạm mặt rất gần bên nhau
Trách sao trí nhớ không mau
Để người rời gót nỗi sầu ta mang...

121923
*Ảnh: Một cảnh trong phim First Love/Hatsukoi của Nhật.

Mua Sắm Cho Đêm Giáng Sinh

Bây giờ sắp đến Giáng Sinh
Trung tâm mua sắm lung linh ánh đèn
Người ta tấp nập đi xem
Tìm mua quà tặng cho đêm an lành

Một năm kết thúc thật nhanh
Tôi ngồi ngẫm nghĩ nhìn quanh nơi này
Ly cà phê ấm trong tay
Hớp từng ngụm nhỏ nhớ ngày tháng qua

Nhìn người quần áo lụa là
Tươi cười trò chuyện nhẩn nha trước hàng
Có người tay xách nách mang
Dắt theo con nhỏ rộn ràng đùa vui

Giáng Sinh nhộn nhịp tiếng cười
Tay trong tay ấm cùng người yêu thương
Ánh đèn xanh đỏ bên đường
Lung linh rực rỡ dễ thương chốn này!

122023
Ảnh: Khu mua sắm Short Pump, Richmond Virginia.

Cơn Mưa Rào Sẽ Đến

Này cơn mưa nhẹ vừa rơi
Thơm mùi đất mới giữa nơi thanh bình
Đàn chim én lượn lung linh
Âm thanh vang vọng hữu tình nhẹ êm

Trong hồ ếch hát đêm đêm
Hàng cây hoa mận trước thềm lạnh run
Con chim nâu đỏ ung dung
Trên hàng giậu thấp chúng cùng hát ca

Chiến tranh vừa đến quanh nhà
Không ai lo lắng hay là bận tâm
Cuối cùng kết thúc âm thầm
Không ai biết hết khi nằm ngủ sâu

Cỏ cây chim chóc nhìn nhau
Khi mà nhân loại thương đau không còn
Và xuân thức giấc trên non
Nhìn quanh tất cả chẳng còn mấy ai?

122123 - Phỏng dịch dựa theo bài thơ "There Will Come Soft Rain" bởi nhà thơ người Mỹ, Sara Teasdale (August 8, 1884 – January 29, 1933).

Họp Mặt Cuối Năm

Chiều nay họp mặt cuối năm
Bạn bè gặp lại hỏi thăm chúc mừng
Thức ăn bia rượu tưng bừng
Chuyện trò năm cũ không ngừng sẻ chia

Có cô bạn, ở bên kia
Nói cười vui vẻ sao nghe ấm lòng
Bên ngoài trời đã vào đông
Ta ôn chuyện cũ hương nồng như xuân

Chiều nay thứ Sáu cuối tuần
Cuối năm gặp mặt chỉ cần thế thôi
Có không, được mất cũng rồi
Hư vô đến cả cuộc đời như nhau!

122223

Mùa Đông Bên Biển

Tôi về với biển mùa đông
Trăng non lơ lửng mây bồng bềnh trôi
Nhìn về chốn ấy xa xôi
Bến bờ hiu quạnh chơi vơi mịt mùng

Buổi chiều đứng ngó mông lung
Miên man cơn gió lạnh lùng nơi đây
Hoàng hôn giục cánh chim bay
Lối xưa thăm thẳm cỏ cây úa tàn

Bên này tôi đứng nhìn sang
Công viên vắng lặng mơ màng xa xăm
Đếm ngày tháng cũ vơi dần
Trong tôi vẫn nhớ vạn lần xót xa

Mùa đông biển lạnh cắt da
Khói sương hơi thở bay qua từng hồi
Thổi theo cơn gió nổi trôi
Cho tôi hoà nhịp biển trời bình yên!

122323 - *Ảnh: Từ khách sạn Delta, nhìn về công viên First Landing.*

Một Ngày Tươi Đẹp Đi Tìm Yêu Thương

Trời xanh, mây trắng, nắng vàng
Một ngày tươi đẹp lang thang chụp hình
Ta theo màu nắng lung linh
Chữ yêu, chữ mến, chữ tình đậm sâu

Bên ta có những sắc màu
Thương yêu gắn bó bên nhau trong đời
Cho dù ngày tháng chơi vơi
Nhưng lòng ta vẫn không lời trách than

Cầu mong mọi sự bình an
Vợ chồng vui vẻ rộn ràng niềm vui
Bên ta với những tiếng cười
Gia đình đầm ấm cùng người yêu thương

Ta đi khắp chốn nẻo đường
Tay trong tay ấm ngát hương chan hòa
Đi qua đồi núi thơm hoa
Nhưng đâu hơn được như nhà chúng ta?

122423

Kỷ Niệm 19 Năm Ngày Cưới Nhau

Hôm nay kỷ niệm ngày vui
Mười chín năm đã ngọt bùi có nhau
Hai ta từ thuở ban đầu
Nhân đôi tình cảm đậm màu yêu thương

Một ngày thứ Bảy bên đường
Chan hòa khúc nhạc quê hương ruộng đồng
Trên tay anh, bó hoa hồng
Trao duyên cầm sắc vợ chồng nên duyên

Mười chín năm, vẫn chưa quên
Ngày vui năm ấy ta nên vợ chồng
Cho dù cách núi ngăn sông
Tìm nhau hòa một chung lòng chẳng phai

Mười chín năm, cũng không dài
Con đường phía trước tương lai còn chờ
Cám ơn trời đất xe tơ
Để anh vẫn mãi viết thơ chúng mình!

122523 - Kỷ niệm ngày cưới December 25, 2004 - December 25, 2023

Những Ngày Cuối Năm

Cuối năm còn nghỉ ở nhà
Nằm nghe mưa đổ xót xa trong lòng
Một mình khoảng trống mênh mông
Thương người vất vả mùa đông lạnh lùng

Ta đi từ biển qua rừng
Trải qua ngàn dặm đến từng núi sông
Vườn hoa dấu cũ thơm nồng
Tay trong tay ấm tay vòng yêu thương

Từ đêm trăng đọng hơi sương
Rơi trên ngọn cỏ con đường năm nao
Bên nhau say đắm ngọt ngào
Đêm đêm ta ngắm ánh sao trên trời

Một mình nhớ lắm người ơi
Mưa đông thêm nhớ làn hơi thở người
Đâu đây còn tiếng nói cười
Nhưng sao chẳng thấy bóng người xa xăm!

122723 - *ngày mưa rơi*

Thư Viện Libbie Mill

Trăm ngàn thế giới quanh ta
Trong từng trang sách mở ra với đời
Mùa đông trường học nghỉ ngơi
Cùng hai con trẻ đến nơi chốn này

Nhìn con đọc sách mê say
Mở mang kiến thức đong đầy ước mơ
Ghé vào phòng sách tuổi thơ
Tự do chọn lựa say sưa hòa mình

Một nơi yên tĩnh thanh bình
Trăm ngàn cuốn sách xinh xinh đủ màu
Là thầy, là bạn bên nhau
Đồng hành mọi nẻo trước sau trường tồn

Là nơi nuôi dưỡng tâm hồn
Thêm nhiều hiểu biết giúp con trau giồi
Kỹ năng phân tích tìm tòi
Tư duy suy luận trong môi trường đời!

122823

Viết Thơ Giùm Nàng

Chiều em tôi làm bài thơ
Như lời em muốn em nhờ viết thay
Em rằng tôi viết thơ hay
Thôi anh hãy giúp em này mang ơn

Không làm tôi sợ em hờn
Đôi câu viết vội còn hơn giận mình
Mà thơ chẳng phải thơ tình
Thơ khen chả ốc linh tinh vậy mà

Hôm nay nhận được phần quà
Bò viên, hoành thánh đậm đà rất ngon
Còn thêm chả lụa chiên giòn
Năm phần giò sống chả Đoàn gửi qua

Khi em về tới trước nhà
Em cười rạng rỡ như hoa đầu mùa
Nói rằng em nói hay chưa
Bài thơ anh viết đã vừa gọi tên...

122923

Bảy Năm Trở Lại Philadelphia

Sáng ra chưa rõ mặt trời
Con còn ngái ngủ ta rời nhà ngay
Cuối năm du lịch nơi này
Cùng con vui vẻ đong đầy yêu thương

Đi qua mấy trăm dặm đường*
Nơi vùng Đông Bắc gió sương mịt mờ
Bảy năm trước, tới bây giờ
Khi con còn nhỏ ngây thơ thuở nào

Hôm nay con đã lớn cao
Ước mong trở lại đúng vào ngày sinh
Được nhìn đèn sáng lung linh
Pháo hoa rực rỡ hữu tình nước non

Bảy năm trở lại vẫn còn
Chữ yêu đỏ thắm như son môi cười
Đến đây ngẫm lại cuộc đời
Bảy năm trở lại rạng ngời xuân sang!

123023
*Từ thủ phủ Richmond đến Philadelphia khoảng 250 dặm (miles)

Mừng Sinh Nhật Lam Sơn

Mười hai ba mốt hôm nay
Gia đình hạnh phúc mừng ngày sinh con
Năm nay mười bảy vừa tròn
Mừng con tuổi mới không còn ham chơi

Chúc con vui vẻ trong đời
Bình an, khỏe mạnh, vâng lời mẹ cha
Tương lai rộng mở vươn xa
Tự thân tự lập xông pha cuộc đời

Hoà mình mọi lúc mọi nơi
Chăm lo học tập vui chơi chia đều
Hôm nay sinh nhật con yêu
Mẹ cha chỉ có vài điều nhắn con

Chúc mừng sinh nhật Lam Sơn
Chúc con tất cả vẹn toàn như mơ
Giờ qua cái tuổi ngây thơ
Con đường phía trước đợi chờ con đi.

123123

Bao la
vũ trụ mênh mông,
Âm, dương, hư, thực
một vòng xoay quanh

Võ Phú 2019

Thân mến tặng

Nhiếp ảnh gia Võ Phú

Tiểu Sử

Bút hiệu: Võ Phú khi viết văn. Y Thy(i) khi làm thơ. Võ Phú sinh ngày 10 tháng 11, 1978, tại Nha Trang. Đến Mỹ vào tháng 9 năm 1994. Hiện sống và làm việc tại Richmond, tiểu bang Virginia.

• Chủ nhiệm và chủ bút tạp chí Kết Đoàn 2002-2008.

• Điều hành nhà xuất bản Kết Đoàn 2002-2004.

• Góp mặt trong các báo, đặc san, tạp chí, thi đàn, như: Suối Nguồn, Hồn Quê, Văn Học Nghệ Thuật Liên Mạng, Kỷ Nguyên Mới, Văn Hữu, Cỏ Thơm, Ngôn Ngữ….

Sách đã in:

Văn:

- Tưởng Như Đã Mất - Suối Nguồn – 2003
- Vấn Vương (viết chung với Mai Ngọc Lan) - Kết Đoàn - 2004
- Nước Mỹ: Những Mảnh Ghép Rời - Nhân Ảnh - 2020
- Xóm Chài - Lotus Media - 2022

Thơ:

- Rằng Ta Đang Yêu - Suối Nguồn – 2001
- Cung Ngữ (thơ 10 tác giả) - Suối Nguồn - 2001
- Đời Chia Trăm Nhánh Sông (thơ 6 tác giả) - Suối Nguồn – 2002
- Những Phương Trời Nhớ (thơ 10 tác giả) - Kết Đoàn – 2004
- Ngày Tháng Có Nhau - Văn Học Mới – 2018
- Lạc Vào Cõi Thu - Nhân Ảnh – 2021
- 6/8 2023 - Nhân Ảnh – 2024

Giải thưởng văn học:

- Giải nhất thơ văn - University of Maryland – 2001
- Giải Viết Về Nước Mỹ - Việt Báo: 2005, 2017, 2019, 2021

Vài Cảm Nghĩ Về Thi Tập "Nhật Ký 6/8 2023" của Y Thy...

Thi tập Lục Bát 2023 đúng là một bản trường thiên lục bát gồm trên 300 bài với hơn 5 ngàn câu thơ nói về quê hương đất nước, thân phận ly hương, nhớ cha nhớ mẹ, nhà thơ tiếp nối tả cảnh tả tình mọi thứ, mọi nơi, sinh hoạt cuộc sống hàng ngày gia đình bè bạn, nói tóm lại tất cả chuyện đời thường đều có trong Thi tập Lục Bát 2023. Nhà thơ còn là nhiếp ảnh gia càng đọc càng thấy nhiều bức tranh đẹp đi kèm theo mỗi bài thơ.

Xin trích dẫn vài dòng thơ Lục Bát 2023 :

Việt Nam chinh chiến điêu linh, sau cuộc đổi đời ly tán, xa quê hương, mỗi độ xuân về:

"Ba mươi năm vẫn chưa về
Đón Xuân đất khách bốn bề xót xa
Nơi nầy xứ lạnh cắt da
Nhìn nồi bánh tét lệ sa mắt nhòa"
(Chiếc Bánh Quê Mình- Trang 17)

Thấy mưa tuôn dòng chảy tháng ngày thăm thẳm cội nguồn: *"Sáng nay không thấy bình minh*
Mùa xuân chưa dậy ta mưu sinh rồi.
...
Hôm qua ngó thấy mưa tuôn.
Mới hay thăm thẳm cội nguồn đớn đau"
(Mùng Hai Tết Nơi Này Nhớ Quê Hương-Trang 20)

Dù ở nơi đâu, niềm an ủi lớn lao vẫn là mái ấm gia đình hạnh phúc, vẫn là món ăn đậm đà thi vị quê hương:

"Nắm tay nhau mãi không rời
Ta cùng đi hết cuộc đời bên nhau
Chân trời góc biển nơi đâu
Tình ta nồng ấm một màu sắt son"
(Bánh Bèo Yêu Thương- Trang 27)

Nhà thơ như rót hồn vào ngàn cánh bướm giữa nắng chiều say tình cùng hoa bướm bướm hoa.

"Ngoài vườn ngàn cánh bướm bay
Phấn hồng lả lướt uống say nắng chiều
Trên trời mây trắng phiêu diêu
Trông như cô gái mỹ miều xinh xinh"
(Những Cánh Bướm Mộc Lan Trong Nắng Chiều- Trang 56)

Như tâm hồn và trái tim đồng điệu nàng thơ với nhà thơ:

"Thơ Người viết tặng thế gian
Chao ơi rung cảm chứa chan tuyệt vời
Hai tâm hồn ở hai nơi
Nhưng chung một nhịp qua lời thơ hay"
(Thơ Song Hoa- Trang 96)

Ai ai phụ mẫu sinh ngã cù lao...Cù lao chín chữ cao sâu, mỗi ngày mỗi ngã bóng dâu tà tà. Một bông hồng cho Mẹ dù Mẹ không còn trên cõi đời này nữa, nhưng Mẹ vẫn là nguồn sống của con:

"Má ơi con đã về nhà
Gió từ đồng ruộng cũng ra đón chào
...
"Má không còn ở trên đời
Má là tất cả cuộc đời của con"
(Nhớ Má- Trang 118)

Nhà thơ nhớ lại Tháng tư đen, nhuộm máu mùa hè đỏ lửa, kiếp phiêu bạt nổi trôi trên những con thuyền định mệnh vượt biển đi tìm tự do:

"Nghẹn lòng Mẹ tiễn con đi
Đêm khuya tiếng sóng chia ly mẫu từ
Tháng tư nhuộm máu đỏ lừ
Con thuyền phiêu bạt lắc lư dập dềnh"
(Nỗi Lòng Tháng Tư- Trang 137)

Hoa sen, chúng ta thuộc lòng câu ca dao:

"Trong đầm gì đẹp bằng sen, lá xanh bông trắng lại chen nhụy vàng". Đóa hoa sen, gần bùn mà chẳng hôi tanh mùi bùn, nhà thơ Y Thy tả chậu hoa súng trước nhà:

"Gần bùn mà vẫn thanh cao
Cho đời vị ngọt dạt dào yêu thương

Bông hoa khoe sắc tỏa hương
Người qua kẻ lại bên đường xuýt xoa"
(Hoa Súng Trước Nhà- Trang 157)

Phong trần cuộc đời, phong sương con người, dù có lăn lóc, vẫn hằng mong bình an, bền vững trơ gan cùng tuế nguyệt như viên đá cuội giữa dòng nước, dòng đời:

"Bình yên hạnh phúc yêu thương
Những viên đá cuội phong sương tận cùng
Trải qua ghềnh thác nghìn trùng
Dập dìu lên xuống vẫn ung dung cười"
(Viên Đá Cuội- Trang 199)

Nói đến Đức Phật Thích Ca là nói đến Cây Bồ Đề, biểu tượng của đạo Phật, như bông hoa sen vậy:

"Năm xưa lá che chở Người
Trên đường giác ngộ sáng ngời quang minh
Vô thường một kiếp phù sinh
Vượt qua bể khổ tử sinh kiếp người"
(Cây Bồ Đề Bạn Tặng- Trang 224)

Thời gian trôi với cơm áo gạo tiền, giật mình nhìn lại:

"Vì anh em phải xa quê
Nhớ thương khắc khoải chưa về nhà thăm
Mới đó thoáng đã mười năm
Quê hương còn mãi xa xăm nơi nào"
(Rau Lang- Trang 253)

Sân ga, tiếng còi tàu, giọt nước mắt ly biệt, tiễn đưa, trong mộng mơ nhà thơ thổn thức nghe tiếng còi tàu ở một sân ga…nỗi ám ảnh ta đưa người hay người đưa ta:

"Nửa khuya nghe tiếng còi tàu
Mơ màng ngái ngủ buồn đâu trở về
Tôi nghe lạc một hồn quê
Tiếng tàu xé nát não nề tâm can"
(Tiếng Còi Tàu- Trang 263)

Xuân đi, hạ tới, thu lại về, nhìn chiếc lá bay, lá bay về đâu hay lá rơi về cội:

"Trên cây chiếc lá xen cài
Xanh vàng chín đỏ ngày mai về nguồn"

Vu vơ hỏi lá có buồn
Khi mùa thu tới gọi hồn lá bay?"
(Hỏi Lá Có Buồn?- Trang 297)
"Bao năm chung sống một nhà
Chữ tình chữ nghĩa gọi là nhân duyên
...
Nhưng mà anh rất dễ thương
Cho nên em mãi còn vương vấn tình"
(Hôm Qua Em Kể Xấu Mình- Trang 334).

Mời quý vị thả hồn vào nguồn thơ lục bát muôn màu muôn vẻ của Nhà thơ trẻ Y Thy Võ Phú dào dạt cảm xúc chờ đón mùa Xuân tươi thắm ở nơi nầy.

Xin gửi tặng Nhà thơ Y Thy Cảm đề khi đọc "Nhật Ký 6/8 2023."
Lục Bát Võ Phú Y Thy
Nguồn thơ lai láng khắc ghi tháng ngày
Từ Phương Đông tới Phương Tây
Duyên thơ hạnh ngộ ngất ngây sắc màu.

Phan Khâm, Maryland Tháng 11 năm 2023

====

"Những bài thơ lục bát với đề tài thật đơn giản của Y Thy đã cảm được lòng người đọc qua những vần điệu nhẹ nhàng diễn tả sự lãng mạn của tình yêu, hay những âu yếm thương yêu nồng nàn của hạnh phúc lứa đôi và gia đình. Hơn nữa với lòng yêu thích thiên nhiên, nhà thơ đã đưa chúng ta đi thăm những cảnh đẹp tuyệt vời của rừng núi vào thu hay những cánh đồng hoa dại rực rỡ bằng những câu thơ mộc mạc độc đáo làm người đọc cảm thấy như đang cùng ngắm cảnh với chàng thi sĩ. Tuổi trẻ nhiều năng lực, lòng say mê thơ văn và sức sáng tác của Y Thy là những điều mà Ý Nhi ngưỡng mộ nhất." ***Văn thi sĩ Ý Nhi***

====

"Y Thy Võ Phú là văn thi sĩ trẻ, có rất nhiều tài nhưng thường trầm lặng. Bên cạnh những truyện ngắn hay, những bài thơ lục bát của anh thường có bố cục chặt chẽ, giàu hình ảnh, âm thanh, mùi vị và luôn mang theo một ý nghĩa hết sức thâm thuý. Tôi rất phục tài sáng tác thơ lục bát của Y Thy Võ Phú bởi vì anh đã khéo sử dụng ngôn ngữ mộc mạc, đơn sơ để biến những thi phẩm trở nên hết sức sang trọng và độc đáo. Mến chúc thi sĩ Y Thy Võ Phú tiếp tục sáng tác thêm nhiều thi phẩm giá trị để làm giàu thêm văn chương Việt ở hải ngoại." *Cung Thị Lan, nhà văn, chủ tịch Văn Bút Việt Nam Hải Ngoại, Maryland. - 12/11/2023*

====

"Tôi biết VÕ PHÚ từ rất lâu, qua những tác phẩm anh viết trong tờ KỶ NGUYÊN MỚI: một người trẻ tuổi đầy tài năng. Gần 2 năm nay anh tái gia nhập VĂN BÚT VÙNG ĐÔNG BẮC HOA KỲ tôi có cơ hội đọc nhiều sáng tác của anh hơn. Anh làm thơ rất hay, thật dễ dàng, tự nhiên, nhẹ nhàng như nói chuyện, tôi có cảm tưởng như anh "thở ra thơ". Đọc thơ anh thấy hiện ra ngay một bức tranh gia đình thật hạnh phúc của một người trẻ tuổi rất yêu thiên nhiên và yêu quê hương." *Chủ tịch Văn Bút Việt Nam (Vùng Đông Bắc Hoa Kỳ), nhà văn Hồng Thủy, Maryland. - 12/15/2023*

====

"Hành trình lục bát của Y Thy Võ Phú là một hành trình sống động với tất cả những cảm nghiệm của đời sống thường nhật, rung động qua từng giây phút đượcghi nhận lại bằng nỗi lòng chân chất yêu thương. Ý thơ ngọt ngào hạnh phúc và lời thơ hồn hậu tạo một rung cảm thật gần gũi thú vị với người đọc." *Văn thi sĩ, Nguyễn Minh Nữu, Virginia. – 12/23/2023*

====

"Võ Phú là một nhà văn trẻ cư ngụ ở thành phố Richmond, tiểu bang Virginia. Anh cộng tác thường xuyên với tạp chí Cỏ Thơm khoảng hơn 5 năm.

Ngoài hai tập truyện "Nước Mỹ: Những Mảnh Ghép Rời" và "Xóm Chài", anh còn xuất bản tập thơ "Lạc Vào Cõi Thu" với bút hiệu Y Thy.

Qua tập thơ này, ta thấy Võ Phú thử nghiệm nhiều thể thơ: lục bát, tự do, thơ 4 chữ, 5 chữ, thơ 8 chữ, thơ haiku... và nhiều đề tài khác nhau.

Tuy nhiên tập thơ này có nhiều cảm xúc về mùa thu lá vàng. Tôi đồng ý với quan điểm của nhà thơ vì cũng đã ở Virginia nhiều năm: mùa Thu ở đó rất đẹp!

Từ đầu năm 2023, Võ Phú đã khởi sự viết "Lục Bát Mỗi Tuần" gửi đến thân hữu. Tôi mến phục cách làm việc của nhà thơ "khoa học gia" này.

Phú cho biết sẽ ngừng viết văn và tập trung làm thơ - hầu như mỗi ngày một bài - với 1 thể lục bát thôi. Ngay từ đầu, tôi nhận xét Phú đã chọn đúng con đường mà anh đã vẽ ra trong đầu: sẽ tập trung tất cả thơ lục bát mỗi tuần thành 1 tập thơ vào cuối năm. Thơ của Phú dễ cảm vì đi từ trái tim đến trái tim... Ai cũng thấy qua thơ của Phú: anh là con người nhiều tình cảm, dễ cảm xúc nên anh dễ viết xuống tư tưởng qua những gì xảy ra chung quanh. Anh yêu quý vợ, con, bạn bè, con sông, thác nước, công viên, bãi biển...

Anh trân trọng tình yêu của người vợ hiền qua sự chăm sóc ân cần, qua cử chỉ, qua các món ăn nàng nấu...

Hạnh Phúc Đơn Sơ
Đôi khi hạnh phúc đơn sơ
Nắm tay đi dạo bên hồ chiều nay
Ta không mộng ảo đó đây
Ngọt ngào ánh mắt tình này trong tim...

Cơm Chiều Nay
... Hôm nay không có gì nhiều
Cá chiên, mắm tỏi, canh riêu cua đồng...
... Nồng nàn hương vị mê say
Bữa cơm nóng dẻo đong đầy tình quê
Ơn em cho tôi chốn về
Gia đình hạnh phúc tràn trề thương yêu...

Đọc tập bản thảo, tôi có cảm tưởng anh viết tập thơ này dành cho người vợ. Tôi cũng thích những tấm hình 2 vợ chồng âu yếm nhau như "thuở ban đầu" tuy 2 con cũng khá lớn rồi! Lại nữa, vì là nhiếp ảnh gia nên bài thơ nào cũng có hình minh họa, phần lớn do anh chụp rất mỹ thuật!" *Nhạc sĩ Phan Anh Dũng, chủ nhiệm tạp chí Cỏ Thơm, Maryland - 01/01/2024*

Giới Thiệu Sách

Xóm Chài
Võ Phú
Lotus Media xuất bản: 10/2022
ISBN: **978-108805557-1**
LCCN: **2022918144**

"Nhiều truyện ngắn về những cảnh đời quê hương. Đàm thoại, hành văn tự nhiên. Rất Hay và Thú Vị." - **Vương Thanh**, nhà thơ song ngữ, dịch giả truyện Kiều qua tiếng Anh và "A Garden of Vietnamese Lyrics & Verse, Volume 1" (Khu Vườn Thơ Nhạc Việt.) gồm nhiều tác giả. Jan. 04, 2022.

"Những mẩu chuyện đơn sơ nhưng rất thu hút người đọc. Mỗi một câu chuyện là một lời ẩn dụ. Càng đọc càng thấy hay..." - **Lan Augustus**, họa sĩ. Florida. Dec. 31, 2022.

"Rất thích cách hành văn đơn giản, mộc mạc, cùng lôi dẫn truyện hấp dẫn, cuốn hút..." - **Phục Đỗ**, độc giả, Richmond, Virginia. Dec. 30, 2022.

"Truyện viết rất hay, lời văn ngắn gọn nhưng súc tích. " - **Phạm Thành Châu**, nhà văn. Springfield, Virginia. Dec. 23, 2022.

"Tập truyện ngắn Xóm Chài đánh dấu sự thăng tiến vững vàng trong nghiệp văn của Võ Phú. Ngoài vài truyện xem như ngoại lệ xảy ra ở hải-ngoại, không gian của toàn tập mang khung cảnh Việt Nam của vài thập niên gần đây và về nhiều khía cạnh, ngoại cũng như tâm cảnh.

Một Võ Phú sống động, hóm hỉnh, khá tình tiết dù có thể đã xa trong ký ức. Người đọc được đưa về trở lại những chốn cũ đồng quê, cao nguyên, sông biển với những bức tranh đồng áng, sinh hoạt và trò chơi trẻ nhỏ. Xuyên suốt là một tình gia-đình đầm thắm dù có thời phải trải qua cuộc sống bi đát sau biến cố tháng Tư 1975, những thảm cảnh ăn mày con, đẻ mướn, chết đuối, "-**Nguyễn Vy Khanh**, nhà phê bình văn học, Ontario, Canada. September 17, 2022.

"Đọc xong, độc giả thấy xóm Chài, như có một phần ký niệm của chính mình. Cái dư âm còn lưu luyến, nhẹ nhàng. Cái mùi vị Quê Hương của xóm Chài thấm đậm trong ký ức như nỗi nhớ không quên..."- **Trần Quốc Bảo**, thi sĩ. Richmond, Virginia. September 12, 2022.

"Tập truyện chọn mảng đời sống miền quê này rất hay, lạ, và hấp dẫn. Tuyệt vời lắm. Chúc mừng Võ Phú sắp có đứa con tinh thần mới, rất tinh khôi."- **Nguyễn Minh Nữu**, nhà thơ nhà báo. Arlington, Virginia. September 10, 2022.

Giới Thiệu Sách
Tưởng Như Đã Mất
Võ Phú

"...Cách viết của anh mộc mạc, trong sáng. Những con chữ phản ảnh trung thực cuộc sống và lối suy nghĩ đời thường của anh..."
- **Đức Trí Quế Anh, Báo Viễn Đông; số 1938.**

"...Cũng như tập thơ 'Rằng Ta Đang Yêu' và tập truyện ngắn 'Tưởng Như Đã Mất' bạn đọc sẽ nhìn thấy thấp thoáng bóng tình yêu, nét vẽ đơn giản của đời thường, những kỷ niệm vụn vặt đi qua trong đời được cẩn thận ghi lại với bút pháp hết sức dễ thương. Một đôi đoạn văn khi đọc, có cảm tưởng như đang được ngồi đối diện với Võ Phú nghe anh kể lại câu truyện vừa mới xảy ra, không màu mè, không sử dụng ngôn ngữ cao siêu, mơ hồ..."
- **Nguyễn Trung Tín, Người Việt Daily News, Thứ Tư, số 6444; và Tạp Chí Bút Tre, số 8.**

"...Võ Phú trong tác phẩm truyện ngắn đầu tay đã đưa ra những cái nhìn đúng đắn về tình yêu nam nữ, ca tụng tình người, đề cao những tiêu chuẩn đạo đức, và bộc lộ suy tư về triết lý xác đáng..."
- **Tâm Minh Ngô Tằng Giao, Nguyệt San Kỷ Nguyên Mới; số 35.**

"…Võ Phú chẳng những là một nhà văn, nhà thơ trẻ mà anh rất có tài trong địa hạt nhiếp ảnh nghệ thuật. Điều đặc biệt là anh luôn đem tài năng của mình ra giúp đỡ bạn bè và phục vụ cộng đồng. Võ Phú rất tích cực trong các sinh hoạt của sinh viên và cộng đồng…"
- **Tuyết Mai, nữ phóng viên báo chí tự do, Fairfax, Virginia.**

Giới Thiệu Sách
Nước Mỹ: Những Mảnh Ghép Rời
Võ Phú

"…Tác phẩm 'Nước Mỹ những mảnh ghép rời' là một tuyển tập gồm 26 bút ký ghi lại chặng đường tỵ nạn của em trong thời gian sống trên nước Mỹ. Em gọi là 'những mảnh ghép rời' bởi vì đây không phải là một hồi ký chảy tuần tự theo thời gian mà là những mảnh đáng nhớ đó đây như 'Những Ngày Đầu Ở Mỹ' hay 'Tôi Dạy Tiếng Việt'…."
- **Trần Trung Đạo, văn thi sĩ, Boston, MA**

"…Đọc "Nước Mỹ: Những Mảnh Ghép Rời" của Phú mà như thấy luôn hình bóng của chính mình trong những "mảnh ghép rời" của trong gần 25 năm qua đã sống tại đất nước Hoa Kỳ này. Từ "Những Ngày Đầu Ở Mỹ" cho đến "Hội Sinh Viên Việt Nam" hay "Tờ Giấy Phạt" rồi đến "Con Diều Việt Nam", v.v… cứ như Phú đang nhẩn nha kể lại chuyện của tất cả những người đã rời xa quê hương Việt Nam yêu dấu sang định cư nơi đất nước Hoa Kỳ…
Có đọc "Nước Mỹ: Những Mảnh Ghép Rời" mới thấy rõ hình ảnh của thế hệ 1 rưỡi, thế hệ thứ 2 của dòng người Việt tị nạn, định cư tại hải ngoại này đã phải trải qua những thách đố, khó khăn ra sao để có thể đạt được những thành quả như ngày hôm nay."
- **Nguyễn Kim Du Hạ, nhà văn nhà thơ, Houston, TX.**

"…28 truyện ngắn về đời sống đôi khi nặng lòng quá khứ và tâm tình của 2, 3 thế hệ người Việt sống tha hương xứ người.
Võ Phú sinh năm 1978, đến Mỹ năm 1994, đã sớm sinh hoạt văn học nghệ thuật và kiên trì đến nay. Võ Phú từng đi cùng đường với Nguyễn Vy Khanh chúng tôi thời Văn Học Nghệ Thuật Liên Mạng là tạp chí @ đầu tiên của người Việt trong nửa sau của thập niên 1990 - CUNG NGỮ tuyển thơ của nhóm năm 2001 có sự tham gia của Võ Phú đã đánh dấu sự nhập cuộc của anh với cộng đồng văn học hải ngoại.
- **Nguyễn Vy Khanh, nhà phê bình văn học, Toronto, Canada.**

"…Sáng nay anh đã bắt đầu đọc sách "Nước Mỹ: Những Mảnh Ghép Rời". Bài viết về tấm hình bìa và bài khi Phú mới đặt chân tới Mỹ: Hay lắm. Ý chí cầu tiến và vươn lên lúc nào cũng cần thiết cho Immigrants. Đây là land of opportunity, cố gắng thì sẽ thành công! Mừng cho Phú và gia đình đã có một cuộc sống thật tốt đẹp, gọi là lý tưởng đó!"
Phan Anh Dũng, nhạc sĩ, nhà văn, Maryland.

"Tôi thức khuya đọc gần hết tập truyện. Nhiều kỷ niệm thời HS và College ùa về. Dương cũng học lớp sử của Mrs. Shumaker. Chồng của bà là cựu quân nhân, ông ta làm việc ở Pentagon. Có hôm học về chiến tranh Việt Nam, ông mời cố TS Nguyễn Ngọc Bích vào lớp thuyết giảng về Vietnamization."
Dương Đoàn, độc giả, Virginia.

"…Những câu chuyện về nước Mỹ - hay nói đúng hơn là xảy ra ở nước Mỹ- như đúng bản chất vốn có của nó, không tô hồng, cũng không bôi đen. Với lối kể chuyện bình thản, như một người đứng bên lề đường quan sát, Phú sẽ cho độc giả gặp được những người Việt hiền lành, chăm chỉ, chịu khó, thích giúp đỡ đồng hương, hay những người tư lợi, chiếm đoạt lòng tốt của người khác. Nhưng tuyệt đối, Phú không đánh giá hay phán xét về họ. Chuyện của Phú thoát ra được những đánh giá tiêu cực thường hay gặp phải về thái độ, về tình thân ái tương trợ của người việt tại Mỹ. Ở đâu, ở cộng đồng nào cũng có người tốt kẻ xấu, người không tốt lắm và người không xấu lắm…"
- Nguyễn Hiền, độc giả, California.

Mục Lục
Nhật Ký 6/8 2023
(xếp theo thứ tự số trang)

Phụ Bản 1: *thư pháp* **Thái Phụng**…|7

Tựa: **Trần Quốc Bảo** – Y Thy Võ Phú, Dòng Bút Việt Tiếp Nối…|9-14

Phụ Bản 2: Y Thy qua nét vẽ **Hoàng Vi Kha**…|15

Chiếc Bánh Quê Mình…|17
Đầu Năm Chúc Tết…|18
Lễ Chùa Đầu Năm…|19
Mùng Hai Tết Nơi Này Nhớ Quê Hương…|20
Cành Đào Chị Tặng…|21
Chung Trà Đầu Xuân…|22
Chia Buồn…|23
Ngày Tết Với Hoa Cúc Vàng…|24
Cánh Thiệp Mùa Xuân…|25
Hoa Lài Mùa Đông…|26
Bánh Bèo Yêu Thương…|27
Tình Ta…|28
Cõi Thơ…|29
Mẹ Con…|30

Phụ Bản 3: Y Thy qua nét vẽ **Joseph D'Oleo**…|31

Thơ Thẩn Ngày Mưa…|33
Nỗi Lòng Tháng Hai…|34
Tháng Hai Nhớ Người…|35
Thứ Bảy Cuối Tuần…|36
Say Trăng…|37
Nụ Cười Tình Bạn…|38
Trăng Trước Cổng Trường…|39
Hoa Cẩm Chướng…|40
Công Viên Belle Isle…|41
Ơn Trời Thứ Sáu Đến Rồi…|42
Cám Ơn Bạn, Những Trận Cười…|43
Bún Bò Mời Bạn…|44
Vườn Hoa Lewis Ginter…|45
Lễ Tình Nhân…|46
Sự Tích Hoa Thủy Tiên…|47
Đưa Tiễn Cái Răng…|48
Lại Chuyện Cái Răng…|49
Ta Biết Mùa Xuân Đến…|50
Đi Ăn Lẩu Buffet…|51
Vườn Hoang Có Bụi Mai Vàng…|52
Chuyện Hai Vì Sao…|53
Buổi Trưa Đi Dạo Ở Thủ Phủ Tiểu Bang Virginia…|54
Sự Tích Hoa Mộc Lan…|55
Những Cánh Bướm Mộc Lan Trong Nắng Chiều…|56
Khi Nàng Tâm Sự…|57
Mì Quảng Quê Mình…|58
Cuối Tuần Có Bạn Ghé Chơi…|59
Trả Lời Em, Vì Sao Tôi Làm Thơ…|60

Forsythia, Hoa Vàng Đầu Xuân...|61
Thơ chuyển ngữ: *Con Đường Tôi Chưa Đi*...|62

Phụ Bản 4: Y Thy qua nét vẽ **Trương Đình Uyên**...|63

Tháng Ba Hoa Lê Nở...|65
Dạ Lan Hương...|66
Bài Học Cho Con...|67
Sáng Nay Hương Bưởi Còn Vương...|68
Truyền Thuyết Về Hoa Bồ Công Anh...|69
Lời Mẹ Dặn...|70
Cuối Tuần Bán Bông...|71
Tin Buồn...|72
Tiếc Thương Nhà Thơ Nguyễn Phú Long...|73
Ngày Đẹp Tươi...|74
Hoa Hạnh Phúc...|75
Hoa Hạnh Phúc Bên Công Viên Bryant Park...|76
Kẹt Xe Ngày Thứ Ba...|77
Tôi Còn Chiêm Bao...|78
Em Nói Gì Ngày Tám Tháng Ba...|79
Một Lần Thăm Hồ Drummond...|80
Nhớ Về Cha - Linh Mục Nguyễn Hoài Chương...|81
Hoa Anh Đào Bên Dòng Potomac...|82
Tiễn Người Ra Đi...|83
Thời Gian Lặng Lẽ Trôi Qua...|84
Tình Tự Mùa Xuân...|85
Vòng Tròn Tình Yêu...|86

Truyền Thuyết Hoa Anh Đào...|87
Một Ngày Thứ Năm...|88
Một Ngày Thứ Sáu...|89
Hoa Vàng Con Tặng Mẹ...|90
Mùa Xuân Cuốc Đất Trồng Rau...|91
Thuyền Giấy Tuổi Thơ...|92
Ngày Đầu Xuân, Mời Người Đến Ngắm Hoa...|93
Cổ Tích Con Đốt Đèn...|94
Tình Thương Con Nhỏ...|95
Thơ Song Hoa...|96
Lá Tháng Ba...|97
Đành Chịu...|98
Hoa Đào Trong Gió...|99
Gặp Em Một Buổi Trời Mưa...|100
Cắt Tóc Đi Chơi...|101
Hoa Tử Đằng...|102
Không Có Thơ Tôi Biết Níu Gì...|103
Cắm Trại Đầu Xuân...|104

Phụ Bản 5: Y Thy qua nét vẽ **Nguyễn Thúy Hương**...|105

Mùa Xuân Cắm Trại Ở Holiday Lake...|107
Bên Vườn Hoa Cải...|108
Hoa Tím Đường Về...|109
Mừng Sinh Nhật Con Gái...|110
Cây Cầu Thiên Nhiên...|111
Thăm Trường Virginia Tech...|112
Đi Tìm Chữ Yêu...|113
Bên Hồ Anna...|114
Bún Bò Chờ Anh...|115
Nắng Tháng Tư...|116
Tháng Tư Bên Em...|117

Nhớ Má…|118
Con Chim Sau Vườn…|119
Hoa với Cỏ…|120
Nhà Máy Bơm Ở Công Viên Byrd…|121
Tiếng Đàn Xưa…|122
Thứ Hai Thơ Nhảm…|123
Hoa Ông Lão Vườn Nhà…|124
Đi Chợ Đầu Xuân…|125
Vợ Chồng Còn Một Chiếc Xe…|126
Ngôi Sao Của Ba…|127
Cuối Tuần Gặp Nhau…|128
Thú Vui Làm Vườn…|129
Hoa Diên Vỹ Vàng…|130
Thương Bờ Rau Muống Sau Hè…|131
Tháng Tư Hoài Niệm…|132
Sáng Nay Ở Nha Lộ Vận…|133
Mưa Tháng Tư…|134
Tấm Tranh Chị Tặng…|135
Thăm Lại Trường Xưa…|136
Nỗi Lòng Tháng Tư…|137
Thơ chuyển ngữ: *Đừng Đòi Hỏi Con*…|138

Phụ Bản 6: Y Thy qua nét vẽ **Nguyễn Văn Nam**…|139

Ngọt Ngào Chào Đón Tháng Năm…|141
Buổi Sáng Tháng Năm…|142
Thôi Rồi Đám Rau Khoai…|143
Hoa Mẫu Đơn…|144
Tháng Năm, Mùa Dâu Tây Chín…|145
Hẹn Thề Dưới Ánh Trăng Hồng…|146
Đi Chùa Lễ Phật Cầu An…|147
Bàn Tay…|148

Một Ngày Thứ Ba…|149
Hoa Bên Đường…|150
Lợi Ích Làm Vườn…|151
Biển Tháng Năm…|152
Kiếp Dã Tràng…|153
Vinh Danh Ngày Lễ Mẹ…|154
Đôi Chim Se Sẻ Sau Vườn…|155
Con Chuột Chũi…|156
Hoa Súng Trước Nhà…|157
Canh Chua Cá Basa…|158
Thứ Sáu Cuối Tuần…|159
Ngôi Nhà Hạnh Phúc…|160
Hạnh Phúc Đơn Sơ…|161
Thi Sĩ Vương Thanh Với Bên Giòng Thủy Nguyệt…|162
Việc Nhà Hôm Nay…|163
Bữa Cơm Chiều…|164
Mùa Cắm Trại…|165
Em Machicomoco 16…|166
42 Bức Tượng Tổng Thống Chìm Vào Quên Lãng…|167
Hoa Daisy…|168
Những Ngọn Cờ Trên Đồi Arlington…|169
"Căng Da Bụng, Chùng Da Mắt"…|170
Tâm Sự…|171
Thơ chuyển ngữ: *Nếu Cần Phải Quét Bụi Đi*…|172

Phụ Bản 7: Y Thy qua nét vẽ **Chiến Thắng**…|173

Tháng Sáu Ăn Rau…|175
Hè Về…|176
Một Ngày Thứ Bảy…|177
Cơm Nhà Quê…|178
Hai Mẹ Con…|179
Hoa Tặng Nàng…|180
Mảnh Vườn Xinh…|181

Vườn Nhà Có Bụi Ngò Mùi…|182
Chia Tay Mái Trường…|183
Hè Về Ngắm Hoa Mặt Trời…|184
Chiếc Võng Ngày Hè…|185
Giăng Câu Chiều Hoàng Hôn…|186
Ớt Anh Trồng…|187
Em Từ Xứ Quảng Miền Trung…|188
Occoneechee Mộng Mơ…|189
Buổi Sáng Ở Công Viên Occoneechee…|190
Occoneechee, Buổi Chiều Bên Nhau…|191
Tình Cha…|192
Công Viên Tiểu Bang Staunton River…|193
Công Viên Tiểu Bang Fairy Stone…|194
Bên Rừng Nghe Tiếng Mưa Rơi…|195
Công Viên Tiểu Bang Claytor Lake…|196
Từ Công Viên Đá Tiên Đến Hồ Claytor…|197
Douthat, Công Viên Núi Rừng…|198
Viên Đá Cuội…|199
Phù Vân Thi Phẩm Của Trần Quốc Bảo…|200
Mười Ngày Nghỉ Phép…|201
Đưa Con Đi Trại Hè…|202
Hoa Hướng Dương…|203
Hoa Bằng Lăng…|204

Phụ Bản 8: Y Thy qua nét vẽ **Lan Augustus**…|205

Tháng Bảy Đơn Côi…|207
Mừng Ngày Lễ Độc Lập Hoa Kỳ…|208
Chờ Ngắm Pháo Hoa…|209
Vợ Chồng Nghèo…|210
Sau Vườn Nhà…|211
Hè Bên Biển Nhớ…|212
Niềm Vui Bên Biển…|213
Bán Cây Bạc Hà…|214
Bản Quyền Hình Ảnh…|215
Tháng Bảy Về…|216
Tiễn Người…|217
Thương Giàn Su Su…|218
Cơn Mưa Hạ…|219
Gỏi Cuốn Cuối Tuần…|220
Cơm Chiều Nay…|221
Sen Hồng…|222
Dây Sương Sâm Em Trồng…|223
Cây Bồ Đề Bạn Tặng…|224
Chiều Thứ Sáu Cuối Tuần…|225
Tô Cháo Cá…|226
Buổi Sáng Trên Biển…|227
Hoa Hướng Dương và Chim Sẻ Kim Oanh…|228
Canh Rau Tập Tàng…|229
Rau Má Quê Nhà…|230
Ly Rau Má…|231
Mùa Cá Đối…|232
Lưới Cá Hai…|233
Ngày Xui Đen Đủi…|234

Phụ Bản 9: Y Thy qua nét vẽ **Đào Anh Mỹ**…|235

Thăm Nhà Mẹ Cha…|237
Em, Trăng Và Bóng Mây…|238
Mùa Sen Ở Kenilworth…|239
Sáng Thứ Bảy Em Đi Làm Sớm…|240

Tô Canh Chua…|241
Chuyện Không Vui…|242
Rau Càng Cua…|243
Lẩu Gà Lá É…|244
Chuyện Tình Mưa và Lá…|245
Thứ Sáu Cuối Tuần, Ta Đi Thôi…|246
Hoàng Hôn Trên Biển…|247
Không Đành Rời Xa…|248
Hoa Khổ Qua…|249
Cơm Nhà Nghèo…|250
Nhớ Có Lần…|251
Con Đến Trường Đón Chào Bạn Mới…|252
Rau Lang…|253
Nhớ Một Thời…|254
Ngày Đầu Năm Học…|255
Xưa và Nay…|256
Đưa Con Đi Học…|257
Khổ Qua…|258
Nhớ Về Nhau Bên Dòng Rappahannock…|259
Ý Hợp Tâm Đầu…|260
Chuyện Hôm Nay…|261
Phóng Sanh?...|262
Tiếng Còi Tàu…|263
Tình Cờ Thu Đến…|264

Phụ Bản 10: Y Thy qua nét vẽ **Công Ái Linh** …|265

Đêm Đầu Thu Ở Hồ Anna…|267
Sinh Nhật Nàng…|268
Cùng Em Bên Hồ Anna…|269
Bỏ Phố Về Rừng…|270
Hoa Bìm Bìm…|271
"Giậu Đổ Bìm Leo"…|272
Tìm Lại Thu Xưa…|273
Ngày Khai Trường…|274
Thu Thương Nhớ…|275

Một Mùa Thu Nữa…|276
Bếp Lửa Chiều Nay…|277
Đi Chùa…|278
Hoa Mai Tứ Quý Bên Chùa Huệ Quang…|279
Vào Thu…|280
Quả Gì?...|281
Hoa Giấy Nhà Tôi…|282
Tết Trung Thu Của Em…|283
Bắc Mỹ Vào Thu…|284
Trung Thu Dịu Dàng…|285
Thu Bên Vườn Nhà…|286
Cõi Thu…|287
Nhớ Mùa Thu Skyline Drive…|288
Nay Mùa Thu Tới…|289
Bốn Em Ở Lớp Gia Long…|290

Phụ Bản 11: Y Thy qua nét vẽ **Kisan**…|291

Chào Nhau Tháng Mười…|293
Khi Lá Nhớ Nắng…|294
Nghèo Mà Vui…|295
Tháng Mười Giọt Nắng Đã Quên…|296
Hỏi Lá Có Buồn?...|297
Thơ Nửa Đêm…|298
Ngày Diễn Hành…|299
Mùa Thu Ra Thăm Biển…|300
Một Mình Bên Biển…|301
Chênh Chao Biển Nhớ…|302
Đêm Say…|303
Sợ Mùa Thu Tới…|304
Đợi Cơn Mưa Tạnh…|305
Em Học Tiếng Việt…|306
Cây Khế Nhỏ…|307
Quả Hồng Tặng Em…|308
Nói Chuyện Với Con…|309

Cúc Vàng Mấy Đóa Thơm Hương…|310
Theo Em Đi Ngắm Mùa Thu…|311
Công Viên Giải Trí Cuối Tuần…|312
Trường Em…|313
Đường Mây Với Mùa Lá Vàng…|314
Thơ chuyển ngữ: *Thông Điệp Từ Thánh Seraphim*…|315
Giận Hờn…|316
Chuyện Một Bài Thơ…|317
Một Ngày Đẹp Trời…|318
Mơ Màng Sáng Nay…|319
Nhớ Người Xưa…|320
Tuổi Rảnh Rang…|321
Khi Mùa Đông Đến…|322

Phụ Bản 12: Y Thy tự họa…|323

Lỡ Hẹn Với Lá Thu…|325
Bên Rừng Bạch Quả…|326
Tháng Mười Một Xem Con Thi Nhạc…|327
Bên Công Viên Hồ Đôi…|328
Chiếc Cầu Trong Công Viên…|329
Chia Tay Công Viên Hồ Đôi…|330
Ơn Em Trong Tuần Sinh Nhật…|331
Sinh Nhật Thứ 45…|332
Những Người Bạn…|333
Hôm Qua Em Kể Xấu Mình…|334
Từ Khi Lá Bỏ Rời Cây…|335
Cho Anh Xin Một Tấm Ảnh Này…|336
Đêm Âm Nhạc…|337

Bé Con Của Cha…|338
Thu Tương Tư…|339
Áo Xanh Giữa Lá Thu Vàng…|340
Mùa Vàng Bên Đường Mây…|341
Ngậm Ngùi…|342
Tạ Ơn…|343-344
Lễ Tạ Ơn Năm Nay…|345
Cơn Đau Của Nàng…|346
Đọc Cõi Thơ Ta Ở Một Đời của Hoa Văn…|347
Giận và Thương…|348
Đợi Chờ Mùa Xuân…|349
Thơ chuyển ngữ: *Xin Đừng Đứng Khóc Mộ Tôi*…|350

Phụ Bản 13: Y Thy qua nét vẽ **Anh Le (Ti)**…|351

Chào Tháng Mười Hai…|353
Thơ chuyển ngữ: *Hy Vọng*…|354
Viếng Bạn…|355
Mượn…|356
Thơ chuyển ngữ: *Thủy Triều*…|357
Đến Trường Con Xem Nhạc…|358
Hoa Thủy Tiên Ziva*…|359
Bây Giờ Chờ Đợi Con Thi…|360
Hôm Nay Nàng Cho Ăn Phở…|361
Nhìn Hoa Chợt Nghĩ Đến Người…|362
Mưa Đầu Đông…|363
Thơ chuyển ngữ: *Tôi Là Lính Sinh Ra Là Để Chết*…|364
Lạc Cánh Chim Di…|365
Món Quà Hôm Nay…|366
Cánh Thiệp Giáng Sinh…|367

Thơ chuyển ngữ: *Dừng Chân Bên Buổi Tối Đầy Tuyết*...|368
Tình Cờ Mà Chẳng Nhớ Ra...|369
Mua Sắm Cho Đêm Giáng Sinh...|370
Thơ chuyển ngữ: *Cơn Mưa Rào Sẽ Đến*...|371
Họp Mặt Cuối Năm...|372
Mùa Đông Bên Biển...|373
Một Ngày Tươi Đẹp Đi Tìm Yêu Thương...|374
Kỷ Niệm 19 Năm Ngày Cưới Nhau...|375
Những Ngày Cuối Năm...|376

Thư Viện Libbie Mill...|377
Viết Thơ Giùm Nàng...|378
Bảy Năm Trở Lại Philadelphia...|379
Mừng Sinh Nhật Lam Sơn...|380

Phụ Bản 14: Thư họa của cố thi họa sĩ **Vũ Hối**...|381

Tiểu Sử...|382
Vài Cảm Nghĩ Về Thi Tập *"Nhật Ký 6/8 2023"* của Y Thy...|383-388
Giới Thiệu Sách...|389-393

Mục Lục
Nhật Ký 6/8 2023
(xếp theo Alphabet A-Z)

42 Bức Tượng Tổng Thống Chìm Vào Quên Lãng…|167
Áo Xanh Giữa Lá Thu Vàng…|340
Bắc Mỹ Vào Thu…|284
Bài Học Cho Con…|67
Bán Cây Bạc Hà…|214
Bản Quyền Hình Ảnh…|215
Bàn Tay…|148
Bánh Bèo Yêu Thương…|27
Bây Giờ Chờ Đợi Con Thi…|360
Bảy Năm Trở Lại Philadelphia…|379
Bé Con Của Cha…|338
Bên Công Viên Hồ Đôi…|328
Bên Hồ Anna…|114
Bên Rừng Bạch Quả…|326
Bên Rừng Nghe Tiếng Mưa Rơi…|195
Bên Vườn Hoa Cải…|108
Bếp Lửa Chiều Nay…|277
Biển Tháng Năm…|152
Bỏ Phố Về Rừng…|270
Bốn Em Ở Lớp Gia Long…|290
Bữa Cơm Chiều…|164
Bún Bò Chờ Anh…|115
Bún Bò Mời Bạn…|44
Buổi Sáng Ở Công Viên Occoneechee…|190
Buổi Sáng Tháng Năm…|142
Buổi Sáng Trên Biển…|227

Buổi Trưa Đi Dạo Ở Thủ Phủ Tiểu Bang Virginia…|54
Cám Ơn Bạn, Những Trận Cười…|43
Cắm Trại Đầu Xuân…|104
Căng Da Bụng, Chùng Da Mắt…|170
Canh Chua Cá Basa…|158
Cành Đào Chị Tặng…|21
Canh Rau Tập Tàng…|229
Cánh Thiệp Giáng Sinh…|367
Cánh Thiệp Mùa Xuân…|25
Cắt Tóc Đi Chơi…|101
Cây Bồ Đề Bạn Tặng…|224
Cây Cầu Thiên Nhiên…|111
Cây Khế Nhỏ…|307
Chào Nhau Tháng Mười…|293
Chào Tháng Mười Hai…|353
Chênh Chao Biển Nhớ…|302
Chia Buồn…|23
Chia Tay Công Viên Hồ Đôi…|330
Chia Tay Mái Trường…|183
Chiếc Bánh Quê Mình…|17
Chiếc Cầu Trong Công Viên…|329
Chiếc Võng Ngày Hè…|185
Chiều Thứ Sáu Cuối Tuần…|225
Cho Anh Xin Một Tấm Ảnh Này...|336
Chờ Ngắm Pháo Hoa…|209

Chung Trà Đầu Xuân…|22
Chuyện Hai Vì Sao…|53
Chuyện Hôm Nay…|261
Chuyện Không Vui…|242
Chuyện Một Bài Thơ…|317
Chuyện Tình Mưa và Lá…|245
Cổ Tích Con Đốt Đèn…|94
Cõi Thơ…|29
Cõi Thu…|287
Cơm Chiều Nay…|221
Cơm Nhà Nghèo…|250
Cơm Nhà Quê…|178
Con Chim Sau Vườn…|119
Con Chuột Chũi…|156
Cơn Đau Của Nàng…|346
Con Đến Trường Đón Chào Bạn Mới…|252
Cơn Mưa Hạ…|219
Công Viên Belle Isle…|41
Công Viên Giải Trí Cuối Tuần…|312
Công Viên Tiểu Bang Claytor Lake…|196
Công Viên Tiểu Bang Fairy Stone…|194
Công Viên Tiểu Bang Staunton River…|193
Cúc Vàng Mấy Đóa Thơm Hương…|310
Cùng Em Bên Hồ Anna…|269
Cuối Tuần Bán Bông…|71
Cuối Tuần Có Bạn Ghé Chơi…|59
Cuối Tuần Gặp Nhau…|128
Dạ Lan Hương…|66
Dây Sương Sâm Em Trồng…|223
Douthat, Công Viên Núi Rừng…|198
Đành Chịu…|98

Đầu Năm Chúc Tết…|18
Đêm Âm Nhạc…|337
Đêm Đầu Thu Ở Hồ Anna…|267
Đêm Say…|303
Đến Trường Con Xem Nhạc…|358
Đi Ăn Lẩu Buffet…|51
Đi Chợ Đầu Xuân…|125
Đi Chùa…|278
Đi Chùa Lễ Phật Cầu An…|147
Đi Tìm Chữ Yêu…|113
Đọc Cõi Thơ Ta Ở Một Đời của Hoa Văn…|347
Đôi Chim Se Sẻ Sau Vườn…|155
Đợi Chờ Mùa Xuân…|349
Đợi Cơn Mưa Tạnh…|305
Đưa Con Đi Học…|257
Đưa Con Đi Trại Hè…|202
Đưa Tiễn Cái Răng…|48
Đường Mây Với Mùa Lá Vàng…|314
Em Học Tiếng Việt…|306
Em Machicomoco 16…|166
Em Nói Gì Ngày Tám Tháng Ba…|79
Em Từ Xứ Quảng Miền Trung…|188
Em, Trăng Và Bóng Mây…|238
Forsythia, Hoa Vàng Đầu Xuân…|61
Gặp Em Một Buổi Trời Mưa…|100
Giận Hờn…|316
Giận và Thương…|348
Giăng Câu Chiều Hoàng Hôn…|186
Giậu Đổ Bìm Leo…|272
Gỏi Cuốn Cuối Tuần…|220
Hai Mẹ Con…|179
Hạnh Phúc Đơn Sơ…|161

Hè Bên Biển Nhớ…|212
Hè Về…|176
Hè Về Ngắm Hoa Mặt Trời…|184
Hẹn Thề Dưới Ánh Trăng Hồng…|146
Hoa Anh Đào Bên Dòng Potomac…|82
Hoa Bằng Lăng…|204
Hoa Bên Đường…|150
Hoa Bìm Bìm…|271
Hoa Cẩm Chướng…|40
Hoa Daisy…|168
Hoa Diên Vỹ Vàng…|130
Hoa Đào Trong Gió…|99
Hoa Giấy Nhà Tôi…|282
Hoa Hạnh Phúc…|75
Hoa Hạnh Phúc Bên Công Viên Bryant Park…|76
Hoa Hướng Dương…|203
Hoa Hướng Dương và Chim Sẻ Kim Oanh…|228
Hoa Khổ Qua…|249
Hoa Lài Mùa Đông…|26
Hoa Mai Tứ Quý Bên Chùa Huệ Quang…|279
Hoa Mẫu Đơn…|144
Hoa Ông Lão Vườn Nhà…|124
Hoa Súng Trước Nhà…|157
Hoa Tặng Nàng…|180
Hoa Thủy Tiên Ziva*…|359
Hoa Tím Đường Về…|109
Hoa Tử Đằng…|102
Hoa Vàng Con Tặng Mẹ…|90
Hoa Với Cỏ…|120
Hoàng Hôn Trên Biển…|247
Hỏi Lá Có Buồn?...|297
Hôm Nay Nàng Cho Ăn Phở…|361

Hôm Qua Em Kể Xấu Mình…|334
Họp Mặt Cuối Năm…|372
Kẹt Xe Ngày Thứ Ba…|77
Khi Lá Nhớ Nắng…|294
Khi Mùa Đông Đến…|322
Khi Nàng Tâm Sự…|57
Khổ Qua…|258
Không Có Thơ Tôi Biết Níu Gì…|103
Không Đành Rời Xa…|248
Kiếp Dã Tràng…|153
Kỷ Niệm 19 Năm Ngày Cưới Nhau…|375
Lá Tháng Ba…|97
Lạc Cánh Chim Di…|365
Lại Chuyện Cái Răng…|49
Lẩu Gà Lá É…|244
Lễ Chùa Đầu Năm…|19
Lễ Tạ Ơn Năm Nay…|345
Lễ Tình Nhân…|46
Lỡ Hẹn Với Lá Thu…|325
Lợi Ích Làm Vườn…|151
Lời Mẹ Dặn…|70
Lưới Cá Hai…|233
Ly Rau Má…|231
Mảnh Vườn Xinh…|181
Mẹ Con…|30
Mì Quảng Quê Mình…|58
Mơ Màng Sáng Nay…|319
Món Quà Hôm Nay…|366
Một Lần Thăm Hồ Drummond…|80
Một Mình Bên Biển…|301
Một Mùa Thu Nữa…|276
Một Ngày Đẹp Trời…|318
Một Ngày Thứ Ba…|149
Một Ngày Thứ Bảy…|177
Một Ngày Thứ Năm…|88
Một Ngày Thứ Sáu…|89

Một Ngày Tươi Đẹp Đi Tìm Yêu Thương…|374
Mùa Cá Đối…|232
Mùa Cắm Trại…|165
Mưa Đầu Đông…|363
Mùa Đông Bên Biển…|373
Mua Sắm Cho Đêm Giáng Sinh…|370
Mùa Sen Ở Kenilworth…|239
Mưa Tháng Tư…|134
Mùa Thu Ra Thăm Biển…|300
Mùa Vàng Bên Đường Mây…|341
Mùa Xuân Cắm Trại Ở Holiday Lake…|107
Mùa Xuân Cuốc Đất Trồng Rau…|91
Mùng Hai Tết Nơi Này Nhớ Quê Hương…|20
Mừng Ngày Lễ Độc Lập Hoa Kỳ…|208
Mừng Sinh Nhật Con Gái…|110
Mừng Sinh Nhật Lam Sơn…|380
Mười Ngày Nghỉ Phép…|201
Mượn…|356
Nắng Tháng Tư…|116
Nay Mùa Thu Tới…|289
Ngậm Ngùi…|342
Ngày Đầu Năm Học…|255
Ngày Đầu Xuân, Mời Người Đến Ngắm Hoa…|93
Ngày Đẹp Tươi…|74
Ngày Diễn Hành…|299
Ngày Khai Trường…|274
Ngày Tết Với Hoa Cúc Vàng…|24
Ngày Xui Đen Đủi…|234
Nghèo Mà Vui…|295
Ngôi Nhà Hạnh Phúc…|160
Ngôi Sao Của Ba…|127

Ngọt Ngào Chào Đón Tháng Năm…|141
Nhà Máy Bơm Ở Công Viên Byrd…|121
Nhìn Hoa Chợt Nghĩ Đến Người…|362
Nhớ Có Lần…|251
Nhớ Má…|118
Nhớ Một Thời…|254
Nhớ Mùa Thu Skyline Drive…|288
Nhớ Người Xưa…|320
Nhớ Về Cha - Linh Mục Nguyễn Hoài Chương…|81
Nhớ Về Nhau Bên Dòng Rappahannock…|259
Những Cánh Bướm Mộc Lan Trong Nắng Chiều…|56
Những Ngày Cuối Năm…|376
Những Ngọn Cờ Trên Đồi Arlington…|169
Những Người Bạn…|333
Niềm Vui Bên Biển…|213
Nói Chuyện Với Con…|309
Nỗi Lòng Tháng Hai…|34
Nỗi Lòng Tháng Tư…|137
Nụ Cười Tình Bạn…|38
Occoneechee Mộng Mơ…|189
Occoneechee, Buổi Chiều Bên Nhau…|191
Ơn Em Trong Tuần Sinh Nhật…|331
Ơn Trời Thứ Sáu Đến Rồi…|42
Ớt Anh Trồng…|187
Phóng Sanh?...|262
Phù Vân Thi Phẩm Của Trần Quốc Bảo…|200
Quả Gì?...|281
Quả Hồng Tặng Em…|308
Rau Càng Cua…|243

Rau Lang…|253
Rau Má Quê Nhà…|230
Sáng Nay Hương Bưởi Còn Vương…|68
Sáng Nay Ở Nha Lộ Vận…|133
Sáng Thứ Bảy Em Đi Làm Sớm…|240
Sau Vườn Nhà…|211
Say Trăng…|37
Sen Hồng…|222
Sinh Nhật Nàng…|268
Sinh Nhật Thứ 45…|332
Sợ Mùa Thu Tới…|304
Sự Tích Hoa Mộc Lan…|55
Sự Tích Hoa Thủy Tiên…|47
Ta Biết Mùa Xuân Đến…|50
Tạ Ơn…|343-344
Tâm Sự…|171
Tấm Tranh Chị Tặng…|135
Tết Trung Thu Của Em…|283
Thăm Lại Trường Xưa…|136
Thăm Nhà Mẹ Cha…|237
Thăm Trường Virginia Tech…|112
Tháng Ba Hoa Lê Nở…|65
Tháng Bảy Đơn Côi…|207
Tháng Bảy Về…|216
Tháng Hai Nhớ Người…|35
Tháng Mười Giọt Nắng Đã Quên…|296
Tháng Mười Một Xem Con Thi Nhạc…|327
Tháng Năm, Mùa Dâu Tây Chín…|145
Tháng Sáu Ăn Rau…|175
Tháng Tư Bên Em…|117
Tháng Tư Hoài Niệm…|132
Theo Em Đi Ngắm Mùa Thu…|311

Thi Sĩ Vương Thanh Với Bên Giòng Thủy Nguyệt…|162
Thơ chuyển ngữ: Con Đường Tôi Chưa Đi…|62
Thơ chuyển ngữ: Cơn Mưa Rào Sẽ Đến…|371
Thơ chuyển ngữ: Dừng Chân Bên Buổi Tối Đầy Tuyết…|368
Thơ chuyển ngữ: Đừng Đòi Hỏi Con…|138
Thơ chuyển ngữ: Hy Vọng…|354
Thơ chuyển ngữ: Nếu Cần Phải Quét Bụi Đi…|172
Thơ chuyển ngữ: Thông Điệp Từ Thánh Seraphim…|315
Thơ chuyển ngữ: Thủy Triều…|357
Thơ chuyển ngữ: Tôi Là Lính Sinh Ra Là Để Chết…|364
Thơ chuyển ngữ: Xin Đừng Đứng Khóc Mộ Tôi…|350
Thơ Nửa Đêm…|298
Thơ Song Hoa…|96
Thơ Thẩn Ngày Mưa…|33
Thời Gian Lặng Lẽ Trôi Qua…|84
Thôi Rồi Đám Rau Khoai…|143
Thứ Bảy Cuối Tuần…|36
Thu Bên Vườn Nhà…|286
Thứ Hai Thơ Nhảm…|123
Thứ Sáu Cuối Tuần…|159
Thứ Sáu Cuối Tuần, Ta Đi Thôi…|246
Thu Thương Nhớ…|275
Thu Tương Tư…|339
Thư Viện Libbie Mill…|377
Thú Vui Làm Vườn…|129
Thương Bờ Rau Muống Sau Hè…|131

Thương Giàn Su Su… |218
Thuyền Giấy Tuổi Thơ… |92
Tiếc Thương Nhà Thơ Nguyễn Phú Long… |73
Tiễn Người… |217
Tiễn Người Ra Đi… |83
Tiếng Còi Tàu… |263
Tiếng Đàn Xưa… |122
Tìm Lại Thu Xưa… |273
Tin Buồn… |72
Tình Cha… |192
Tình Cờ Mà Chẳng Nhớ Ra… |369
Tình Cờ Thu Đến… |264
Tình Ta… |28
Tình Thương Con Nhỏ… |95
Tình Tự Mùa Xuân… |85
Tô Canh Chua… |241
Tô Cháo Cá… |226
Tôi Còn Chiêm Bao… |78
Trả Lời Em, Vì Sao Tôi Làm Thơ… |60
Trăng Trước Cổng Trường… |39
Trung Thu Dịu Dàng… |285
Trường Em… |313

Truyền Thuyết Hoa Anh Đào… |87
Truyền Thuyết Về Hoa Bồ Công Anh… |69
Từ Công Viên Đá Tiên Đến Hồ Claytor… |197
Từ Khi Lá Bỏ Rời Cây… |335
Tuổi Rảnh Rang… |321
Vào Thu… |280
Việc Nhà Hôm Nay… |163
Viên Đá Cuội… |199
Viếng Bạn… |355
Viết Thơ Giùm Nàng… |378
Vinh Danh Ngày Lễ Mẹ… |154
Vợ Chồng Còn Một Chiếc Xe… |126
Vợ Chồng Nghèo… |210
Vòng Tròn Tình Yêu… |86
Vườn Hoa Lewis Ginter… |45
Vườn Hoang Có Bụi Mai Vàng… |52
Vườn Nhà Có Bụi Ngò Mùi… |182
Xưa và Nay… |256
Ý Hợp Tâm Đầu… |260

www.ingramcontent.com/pod-product-compliance
Lightning Source LLC
LaVergne TN
LVHW041654060526
838201LV00043B/431